இரண்டாம் குலோத்துங்க சோழன்

டாக்டர். மா. இராசமாணிக்கனார்

இரண்டாம்
குலோத்துங்க சோழன்

டாக்டர். மா. இராசமாணிக்கனார்

ரிதம்

ரிதம் வெளியீடு

இரண்டாம் குலோத்துங்க சோழன்
மா.இராசமாணிக்கனார் ©

Irandam Kulothunga Sozhan
Ma. Rasamanikkanar ©

1st Edition: Dec 2022
Pages: 88   Price: Rs. 90
ISBN: 978-93-93724-35-9

Publishing Editor
T. Senthil Kumar

Published by:
Rhythm Veliyeedu
New No.58, Old No.26/1, 1st Floor,
Alandur Road, Saidapet,
Chennai - 600 015, Tamil Nadu, INDIA
Ph : (044) 2381 0888, 2381 1808, 4208 9258
E-mail : senthil@rhythmbooks.in
Web : www.rhythmbooksonline.com

Book Layout by
Visual Vinodh - 9500149822

உள்ளே...

1. சங்க காலச் சோழர் (கி.மு-கி.பி. 400) 7
2. சோழர் வரலாற்றில் இருண்ட காலம் (கி.பி. 400-850) 14
3. சோழப் பேரரசு 21
4. சோழ - சாணாக்கியர் 35
5. இரண்டாம் குலோத்துங்கன் (கி.பி. 1133-1150) 42
6. சிற்றரசர்கள் 47
7. அமைச்சர்-சேக்கிழார் 52
8. திருத்தொண்டர் புராணம் 58
9. இலக்கிய வளர்ச்சி 65
10. அரசியல் 74

1. சங்க காலச் சோழர்
(கி.மு–கி.பி. 400)

சங்க காலம்

தமிழகத்தை ஆண்ட சேர, சோழ, பாண்டியர்க்குள் பாண்டியர் என்பார் சங்கம் ஒன்றை வைத்து நடத்தித் தமிழ்ப் புலவர்களை ஆதரித்தனர்; புலவர்கள் வரைந்த பாக்களை நூல்களாக்கினர். அவை 'சங்க நூல்கள்' எனப் பெயர் பெறும். அந்நூல்களின் மேல் எல்லை கூறக்கூடவில்லை. கீழ் எல்லை ஏறத்தாழக் கி.பி. 400 என்னலாம்.

சங்க நூல்கள்

சங்க நூல்கள் எவை? அவை புறநானூறு, அகநானூறு, பதிற்றுப்பத்து, கலித்தொகை, ஐங்குறுநூறு, பரிபாடல், நற்றிணை, குறுந்தொகை, பத்துப்பாட்டு, திருக்குறள், தொல்காப்பியம். சிலப்பதிகாரம், மணிமேகலை என்பன.[1] இவற்றுள், சோழர் வரலாறு கூறத்தக்க நூல்கள் புறநானூறு, சிலப்பதிகாரம், மணிமேகலை, பத்துப்பாட்டு என்பன. பிற நூல்களில் இங்கும் அங்குமாகச் சில குறிப்புகளே காணப்படும்.

தமிழகம்

பண்டைக் காலமுதல் 'தமிழகம்' என்பது, வடக்கே வேங்கடம் முதல் தெற்கே குமரிமுனை வரையும் பரந்து, கிழக்கிலும் மேற்கிலும் கடலை எல்லையாகக் கொண்டு இருந்த நிலப்பரப்பாகும் என்பது சங்க நூல்களால் தெரிகின்றது. இத்தமிழகம் சேர, சோழ, பாண்டிய மன்னரால் நெடுங்காலமாக ஆளப்பட்டு வந்தது.

சேர நாடு

சேர நாடு என்பது கொச்சி, திருவாங்கூர் நாடுகளும், மலையாள ஜில்லாவும் மேல் கடற்கரை வெளியும் சேர்ந்த நிலப்பரப்பாகும். இதன் தலைநகரம் வஞ்சி மாநகரம் என்பது. சேர நாட்டின் துறைமுக நகரங்கள் முசிறி, தொண்டி என்பன. இத்துறை முகங்கள் கிறிஸ்துப் பெருமான் தோற்றத்திற்குப் பல நூற்றாண்டுகட்கு முன்பு தொட்டே கடல் வாணிபத்தில் சிறந்து இருந்தன. மலைநாட்டுப் பொருள்களான மிளகு, யானைத் தந்தம், அகில், சந்தனக் கட்டைகள் முதலியன வெளிநாடுகட்கு ஏற்றுமதியாயின. இந்த வளமிக்க சேர நாட்டைச் 'சேரர்' என்ற மரபரசர் ஆண்டுவந்தனர். அவர்கள் பைந்தமிழைப் பாங்குற வளர்த்தனர். அவர்கள் வரலாற்றைப் பதிற்றுப்பத்து, சிலப்பதிகாரம், புறநானூறு என்ற நூல்களால் அறியலாம்.

பாண்டிய நாடு

பாண்டிய நாடு என்பது மதுரை, இராமநாதபுரம், திருநெல்வேலி ஜில்லாக்களைக் கொண்டது. இதன் தலைநகரம் மதுரை. கொற்கை, தொண்டி என்பன இதன் துறைமுகப் பட்டினங்கள். இந்நாடு குறிஞ்சி, பாலை, முல்லை, மருதம், நெய்தல் என்ற ஐவகை நில அமைப்பை உடையது. கொற்கை முத்துக்குப் பெயர் பெற்றது. பாண்டி நாட்டிலிருந்து மெல்லிய துணி வகைகளும் முத்துகளும் வெளிநாடுகட்கு ஏற்றுமதி செய்யப்பட்டன. இந்நாட்டைப் 'பாண்டியர்' என்ற மரபரசர் நீண்ட காலமாக ஆட்சி புரிந்தனர். அவர்கள் தமிழ்ச் சங்கம் நிறுவித் தமிழை வளம்பெற வளர்த்தனர். இவ்வுயர்வினால் 'தமிழ் நாடு' என்பது பாண்டிய நாட்டையே குறித்த காலமும் உண்டு.

சோழ நாடு

சோழ நாடு என்பது தஞ்சை, திருச்சிராப்பள்ளி ஜில்லாக்களைக் கொண்ட நிலப்பகுதியாகும். ஆயின், வேங்கடம் முதல் வெள்ளாறு வரையுள்ள தொண்டை நாடும் நடு நாடும் சோழர் ஆட்சியில் இணைக்கப்பட்டிருந்தன. சோழ நாடு உறையூரைத் தலைநகராகக் கொண்டது; பிறகு காவிரிப் பூம்பட்டினம் தலைநகராக இருந்தது. காவிரிப்பூம்பட்டினம். நாகப்பட்டினம் ஆகிய இரண்டும் துறைமுகப் பட்டினங்கள். நடு

நாடு-தொண்டை நாடு இவற்றுக்குப் பொதுசா,[2] மரக்காணம், மாமல்லபுரம் என்பன துறைமுக நகரங்கள் ஆகும்.

சோழ நாடு மலைநாடு அன்று; மருதவளம் செறிந்த நாடு. காவிரியாறு தன் கிளைகளான கொள்ளிடம், வெண்ணாறு, வெட்டாறு, அரிசிலாறு, முடிகொண்டான் முதலிய யாறுகளுடன் பாய்ந்து சோழ நாட்டை வளப்படுத்துகின்றது. இந்த டெல்டாப் பிரதேசம் மிக்க வளமுடையது; கரிசல் மண் பெற்றது. சோழ நாட்டில் பசிய வயல்களையும் வாழைத் தோட்டங்களையும் தென்னந்தோப்புகளையும் மாஞ்சோலை களையும் வெற்றிலைத் தோட்டங்களையும் கண்டு மகிழலாம்.

இவ்வளம் மிக்க நாட்டை ஆண்டவர் சோழர்எனப்பட்டனர். அவர்கட்குக் கிள்ளி, வளவர், செம்பியர் என்ற பெயர்களும் இருந்தன. நிலத்தைக் கிள்ளிப் (தோண்டி-உழுது) பயிரிட்ட காரணத்தால் கிள்ளி எனப்பட்டனர் போலும்! "வான் பொய்ப்பினுந் தான் பொய்யா வளமுடைய காவிரி"யால் வளப்படுத்தப்பட்ட நாட்டை ஆண்ட காரணத்தால் 'வளவர்' எனப்பட்டனர் போலும்! சிபியின் மரபினர் என்று தம்மைக் கூறிக்கொண்ட காரணத்தால் 'செம்பியர்' எனப்பட்டனராகலாம். சேரர்க்கு விற்கொடியும், பாண்டியர்க்கு மீன் கொடியும் இருந்தாற்போலச் சோழர்க்குப் புலிக்கொடி இருந்தது. இவரது அடையாள மாலை ஆர் (ஆத்தி) மாலையாகும்.

சங்க காலச் சோழர்

சங்க நூல்கள் என்பவை முழுவதும் கிடைக்கவில்லை. இன்றுள்ளவை முன் சொல்லப்பட்ட நூல்களே ஆகும். அவற்றில் கூறப்பட்ட சோழ வேந்தர் இவராவர்:- 1. ககந்தன் 2. மநுநீதிச் சோழன் 3. சிபி 4. தூங்கெயில் எறிந்த தொடித்தோள் செம்பியன். 5. கரிகாற் பெருவளத்தான் 6. நலங்கிள்ளி 7. நெடுங்கிள்ளி 8. கிள்ளி வளவன் 9. பெருநற்கிள்ளி 10. குராப்பள்ளித் துஞ்சிய கிள்ளிவளவன் 11. குளமுற்றத்துத் துஞ்சிய கிள்ளிவளவன் 12. குராப்பள்ளித் துஞ்சிய பெருந்திரு மாவளவன் 13. செருப்பாழி எறிந்த இளஞ்சேட் சென்னி 14. சோழன்-நல் உருத்திரன் 15. நெய்தலங்கானத்து இளஞ்சேட் சென்னி 16. நெடுமுடிக் கிள்ளி. இவருள் சிறப்பாகக் குறிக்கத் தக்கவன் கரிகாற் பெருவளத்தான்

ஆவன். அவனுக்குப்பின் சங்ககால இறுதியில் வாழ்ந்த நெடுமுடிக் கிள்ளியைக் கூறலாம்.

கரிகாலன்

கரிகாலன்

இவன் சங்க காலச் சோழ மன்னருட் சிறந்து விளங்கியவன். இவன் இளஞ்சேட் சென்னி என்பவனுக்கு மகன். இவன் பட்டத்தைப் பெறலாகாதென்று இவன் பங்காளிகள் இவனைச் சிறைப்படுத்தினர்; சிறைக் கூடத்திற்குத் தீயிட்டனர். இவன் அத்தீயிலிருந்து தப்பின பொழுது கால் கரிந்தது. அதனால் இவன் 'கரி-காலன்' எனப் பெயர் பெற்றான் என்பது வரலாறு. 'கரியானை; பகைவராகிய கரிகட்குக் காலன்' (யமன் போன்றவன்) எனப் பொருள் கூறுவாரும் உண்டு. இவன் தொண்டை நாட்டையும் நடு நாட்டையும் கைப்பற்றி, அங்கிருந்த காடுகளை அழித்து உழுதொழில் நடத்தற்கேற்ப நாட்டை வளப்படுத்தியதால் 'கரிகால் வளவன்' எனப் பெயர் பெற்றான் என்றும் கூறுவர்.

போர்ச் செயல்கள்

கரிகாலன் சோழ நாட்டை விரிவாக்க விரும்பினான்; பெரும்படை திருட்டினான்; சேரனையும் பாண்டியனையும் அவர்க்கு உதவியாக வந்த வேளிர்[3] பதினொருவரையும் வெண்ணிப் பறந்தலை என்ற இடத்தில் முறியடித்துப் புகழ்பெற்றான். அங்கு அவன் பெற்ற வெற்றியை வெண்ணிக்குயத்தியார்[4] என்ற பெண்பாற் புலவர் பாராட்டிப் பாடியுள்ளார்.

இப்போருக்குப் பிறகு வாகைப் பறந்தலை என்ற இடத்தில் வேளிர் ஒன்பதின்மர் கரிகாலனை எதிர்த்தனர். எதிர்த்து என்ன பயன் விளைந்தது? அவர் அனைவரும் சூரியனைக் கண்ட பனிபோல் சோழ வீரனுக்கு முன்னிற்க மாட்டாது புறங்காட்டி ஓடி மறைந்தனர்.

இங்ஙனம் கரிகாலன் சோழ நாடு, நடு நாடு, தொண்டை நாடுகளைக் கைப்பற்றிப் பேரரசனாக ஆண்டான்; சேர பாண்டியரைத் தோற்கடித்துத் தமிழகத்தில் இணையற்ற மன்னாக இலங்கினான். இவன் வடக்கே கடப்பை ஜில்லாவரை

உள்ள நிலப் பகுதியை வென்றனன் போலும்! கடப்பை, கர்நூல் ஜில்லாக்களில் 'ரேநாண்டுச் சோழர்' என்பவர் தம்மைக் கரிகாலன் மரபினர் என்று கூறிக் கொண்டு கி.பி. 7ஆம் நூற்றாண்டில் அரசு செலுத்தி வந்தனர். அவர்களை ஹியூன்-சங் என்ற சீன யாத்திரிகன் தனது நூலிற் குறித்துள்ளான். அவர்கள் அங்கு எப்பொழுது சென்றனர்? அவர்கள் கரிகாலன் காலமுதலே அவ் வடபகுதியை ஆண்டுவந்தவர் ஆகலாம்.

வடநாட்டுப் படையெடுப்பு

கரிகாலன் இமயம் வரை படையெடுத்து, இமயமலைமீது தன் புலிப்பொறி பொறித்து மீண்டான். இவன் அப் படையெடுப்பில் வச்சிரம், அவந்தி, மாளுவம் முதலிய வட இந்திய நாடுகளை ஆண்ட அரசருக்கு நண்பனானான். அவர்கள் இவனுக்குக் கொற்றப் பந்தர், பட்டி மண்டபம், தோரண வாயில் முதலிய மதிக்கத்தக்க பொருள்களைப் பரிசிலாகத் தந்தனர். இப் படையெடுப்புச் செய்தி சிலப்பதிகாரத்திற் கூறப்பட்டுள்ளது.

அரசியல்

இப்பேரரசன் நடுவுநிலை வழாதவன்; இளைஞனானதால் நியாயம் வழங்கலில் தவறு செய்தல் கூடும் என்று எண்ணி ஐயுற்ற இருதிறத்தார்க்கு, முதியவனைப் போல வேடமிட்டு வந்து, நியாயம் வழங்கி அவர்களை மகிழ்வித்தான் என்று 'பழமொழி' நூல் கூறுகின்றது. இவன் காவிரியாற்றுக்குப் பலமான கரைகளைப் போட்டவன்; அதற்கு இலங்கைக் கைதிகளை உபயோகப்படுத்தினான் என்று பின்னூல்கள் கூறுகின்றன. பிற்காலத்துத் தெலுங்கு நாட்டு மன்னர் சிலரும் கருநாடக மன்னர் சிலரும் தங்களைக் 'கரிகாலன் மரபினர்' என்று பட்டயங்களிற் பகர்ந்து மகிழ்கின்றனர் எனின், இப்பேரரசன் சிறப்பை என்னென்பது!

நெடுமுடிக் கிள்ளி பட்டம் பெற்றமை

இவன் மணிமேகலை வாழ்ந்த காலத்தவன்; சேரன்செங்குட்டுவனுக்கு மைத்துன முறை கொண்டவன். இவன் பட்டத்திற்கு வரத் தடை செய்ய பங்காளிகளைச் செங்குட்டுவன் தோற்கடித்து, இவனைச் சோழ அரசன் ஆக்கினான்.

இளங்கிள்ளி

நெடுமுடிக்கிள்ளி சோழ நாட்டை ஆண்ட பொழுது, இவனது தம்பியான இளங்கிள்ளி என்பவன் காஞ்சியைத் தலைநகராகக் கொண்டு தொண்டை நாட்டைச் சோழப் பிரதிநிதியாக இருந்து ஆண்டு வந்தான். அவன் காலத்தில் சேரனும் பாண்டியனும் தொண்டை நாட்டைக் கைப்பற்ற விரும்பிக் 'காரியாறு' என்ற இடத்தில் வந்து தாக்கினர். போர் கடுமையாக நடந்தது. இளங்கிள்ளி வெற்றி பெற்றான். அவன் காலத்தில் தொண்டை நாட்டில் பெரும் பஞ்சம் உண்டானது. அப்பொழுது மணிமேகலை, தெய்வீகப் பாத்திரம் ஒன்றின் உதவியால் ஏழைகளை உண்பித்து வந்தாள். அப்பொழுது காஞ்சி சிறந்த பௌத்த நகரமாக விளங்கியதென்னலாம்.

உதயகுமரன்

மணிமேகலை என்பவள் பௌத்த பெண் துறவி. அவள் அறவண அடிகள் என்பவர் மாணவி. அவள் காவிரிப் பூம்பட்டினத்தில் இருந்தபொழுது நெடுமுடிக் கிள்ளியின் ஒரே மகனான உதயகுமரன் என்பவன் அவளை அடைய விரும்பினான்; அவள் பல நல்லுரைகள் கூறியும் கேளாது பின் தொடர்ந்தான். அவனுக்கு அஞ்சிய மணிமேகலை, காயசண்டிகை என்ற வித்யாதர மகளைப்போல வேடம் மாறித் தன் வேலைகளைக் கவனித்துவந்தாள். ஆயினும், அஃதறிந்த உதயகுமரன் அவளை விடவில்லை. ஒரு நாள் காயசண்டிகையின் கணவன் தன் மனைவியைத் தேடிக் காவிரிப்பூம்பட்டினம் வந்தான்; தனது மனைவி வேடத்தில் இருந்த மணிமேகலையைக் காயசண்டிகை என்றே கருதினான்; அதனால், அவளைப் பின் தொடர்ந்து சென்று உதயகுமரன் மீது சீற்றங்கொண்டு, அவனை வாளால் வெட்டி வீழ்த்தினான். தன் ஆருயிர் மைந்தன் தகாத ஒழுக்கத்தால் உயிர் துறந்தான் என்பதைக் கேட்ட காவலன் கவலைப்படவில்லை; உடனே அவன் உடலை எரிக்கக் கட்டளையிட்டான். தன் மைந்தன் இறப்புக்குக் காரணமான மணிமேகலையைப் பல வழிகளிலும் துன்புறுத்தி அவமானப் படுத்த அரசி முயன்றாள்; பயன் பெற்றிலள்; முடிவில் அறவண அடிகள் தலையீட்டால் மணிமேகலை வெளியே விடப்பட்டாள்.

பூம்புகார் அழிவு

நெடுமுடிக் கிள்ளி நாகர் மகள் ஒருத்தியை நேசித்து வந்தான். அவள் தனக்கு ஆண்மகவு பிறந்தவுடன் அதனைத் தொண்டைக் கொடியிற் சுற்றி அரசனிடம் அனுப்பி வைப்பதாக வாக்களித்து நாக நாடு சென்றாள். பல மாதங்கள் கடந்தன. ஒரு நாள் அந்நாக மங்கை அனுப்பிய ஆண்மகவை ஏற்றி வந்த கப்பல் கடலுள் ஆழ்ந்தது என்பதை அரசன் கேள்வியுற்றான்; வெறிபிடித்தவன் போல அங்கும் இங்கும் அலைந்தான்; ஆட்களைப் பல இடங்கட்கும் ஏவினான்; இந்தக் குழப்ப நிலையில், ஆண்டுதோறும் தவறாமற் செய்து வந்த இந்திர விழாவைச் செய்யத் தவறிவிட்டான். அதனால், இந்திரன் சினம் கொண்டான்; அவன் ஏவலால் பூம்புகாரைக் கடல் கொண்டது என்பது மணிமேகலை என்னும் காவியச் செய்தியாகும். இப்புகார் அழிவுக்குப் பிறகு சங்க காலச் சோழர் வரலாறு அறிதற்குரிய குறிப்புகள் இதுகாறும் கிடைக்கவில்லை

அடிக்குறிப்புகள்

1. இவற்றுள் திருக்குறள், சிலப்பதிகாரம், மணிமேகலை என்பன கி.பி. 5ஆம் நூற்றாடினவாகலாம் என்று அறிஞர் சிலர் கூறுவர்.
2. இது, புதுவையை அடுத்த அரிக்கமேட்டினுள் புதையுண்டு கிடக்கும் பழைய கைத்தொழில் நகரமாகலாம். இந்நகரம் அகழ்ந்து எடுக்கப்படுகிறது; ஆராய்ச்சி நடைபெற்று வருகிறது.
2. வேளிர் – சிற்றரசர்
3. புறநானூறு, செ. 66.

2. சோழர் வரலாற்றில் இருண்ட காலம்
(கி.பி. 400-850)

பல்லவர்

சங்க காலத் தமிழகத்திற்கு வடக்கே சாதவாஹனப் பேரரசர் கங்கைவரை நாட்டை விரிவாக்கி ஆண்டுவந்தனர். அவர்கள் தங்கள் பெருநாட்டைப் பல மாகாணங்களாகப் பிரித்துப் பிரதிநிதிகளை அமைத்து நாடாண்டனர். அங்ஙனம் பிரிக்கப்பட்ட மாகாணங்களுள் தென்கிழக்கு மாகாணம் ஒன்று. அது கிருஷ்ணையாறு முதல் வடபெண்ணையாறுவரை உள்ள நிலப்பரப்பாகும். அதனைப் 'பல்லவர்' என்ற மரபினர், ஆந்திரப் பேரரசின் பிரதிநிதிகளாக இருந்து அரசாண்டனர். ஏறக்குறையக் கி.பி. 300ல் ஆந்திரப் பேரரசு ஒழிந்தவுடன், அந்தந்த மாகாணத்தை ஆண்டவர் சுயேச்சை பெற்றனர். ஆதனால் பல்லவர் தங்கள் நாட்டை விரிவாக்க விரும்பித் தமிழக வட எல்லையில் ஓயாது துன்பம் விளைத்து வந்தனர். சில இடங்களில் எல்லைப்புறப் போர்கள் நடைபெற்றன. பின்னர் என்ன நடந்தது என்பதை விளக்கச் சான்றில்லை. ஏறத்தாழக் கி.பி. 300ல் காஞ்சி உள்ளிட்ட தொண்டை மண்டல வட பகுதி பல்லவர் கைப்பட்டது. கி.பி. 340-350க்குள் காஞ்சியை விஷ்ணுகோபன் என்ற பல்லவன் ஆண்டு வந்தான் என்பதைச் சமுத்ரகுப்தனுடைய அலஹபாத் கல்வெட்டுக் குறித்துள்ளது.

களப்பிரர்

இவர்கள் வேங்கடம், காளத்தி முதலிய மலை நாட்டுப் பகுதிகளில் வாழ்ந்து வந்த குடிகள். இவர்கள் தலைவன் பல்லி என்பவன். இக்குடிகள் வீரம் படைத்தவர்கள். பல்லவர் தெற்கு நோக்கிப் படையெடுத்த பொழுது இம்மரபினர் பல்லவரால் தாக்குண்டு தொண்டை நாட்டை அடைந்தனர்; தொண்டை

நாடு பல்லவர் கைப்பட்டதும், சோழ நாட்டை எய்தினர். அங்குச் சோழர் படையை முறியடித்துச் சோணாட்டைக் கைப்பற்றி ஆளத் தொடங்கினர். அங்ஙனம் ஆண்டவருள் அச்சுதவிக் கந்தன் என்ற களப்பிரகுல காவலன் ஒருவன். அவன் காலம் கி.பி. ஐந்தாம் நூற்றாண்டின் இடைப் பகுதி. அவன் 'சேர, பாண்டியரையும் வென்ற பெரு வீரன்' என்று பாடல்கள் குறிப்பதால், பாண்டிய நாடும் சேர நாடும் களப்பிரர் கைப்பட்டனவாகும். பாண்டிய நாடு களப்பிரர் ஆட்சியில் இருந்தது என்பதைப் பெரிய புராணமும் பாண்டிய மன்னன் வெளியிட்ட வேள்விக் குடிப் பட்டயமும் உறுதிப்படுத்துகின்றன. இங்ஙனம் தம் நாடுகள்மீது புதியவராய்ப் படையெடுத்து வந்த களப்பிரர்க்கு நாட்டைக் கொடுத்து நாணி நிற்கும் நிலைமை சோழர்க்கும் பாண்டியர்க்கும் ஏற்பட்டது.

பாண்டியரும் பல்லவரும்

ஏறத்தாழக் கி.பி. 575ல் சிம்ம விஷ்ணு என்ற பல்லவன் களப்பிரர், சோழர், மழவர் இவர்களை வென்று காவிரியாறு வரை பல்லவப் பெருநாட்டை அசைக்க முடியாதவாறு வலுப்படுத்தினான். அதே சமயத்தில் கடுங்கோன் என்ற பாண்டிய மன்னன் களப்பிரரை விரட்டி அடித்துப் பாண்டிய நாட்டை ஆளத்தொடங்கினான். அது முதல் தொடர்ச்சியாகப் பாண்டிய நாட்டைப் பாண்டியரே 400 வருடகாலம் ஆண்டனர்.

சோழரது இழிநிலை

பாண்டியர், களப்பிரர் ஆதிக்கத்திலிருந்து விடுதலை பெற்றாற்போலச் சோழர் களப்பிரரிடமிருந்து விடுதலை பெற்றிலர்; அதற்கு மாறாக் களப்பிரரும் சோழரும் பல்லவர்க்கு அடங்கி வாழ வேண்டியவர் ஆயினர். சோழர்

ஏறத்தாழக் கி.பி. 400 முதல் 850 வரை சிற்றரசராக இருந்துவர வேண்டியவர் ஆயினர். அவர்கள் உறையூர், பழையாறை, திருவாரூர் இவற்றை முக்கிய நகரங்களாகக் கொண்ட சிறிய நிலப்பரப்பை ஆண்டுவந்தனர்; பகைவராகிய பல்லவரை ஒழிக்கும் முயற்சியில் பாண்டியர் நட்பைப் பெறப் பெண் கொடுத்தும் வாங்கியும் உறவு கொண்டாடினர்; ஆண்டுகள் செல்லச் செல்லப் பல்லவரிடம் வேலையில் அமர்ந்து அரசியலிற் பங்கு கொண்டனர். இங்ஙனம் சோணாட்டுச் சோழர் இழிநிலை உற்றிருந்த பொழுது, 'கரிகாலன் மரபினர்'

என்று கூறிக் கொண்டு ரேநாண்டுச் சோழர் வடக்கே கடப்பை, கர்நூல் ஜில்லாக்களை ஆண்டுவந்தனர்.

இருண்ட காலம்

வடக்கே பெருநாட்டை ஆண்ட பல்லவர், பட்டயங்களும் கல்வெட்டுகளும் வெளியிட்டுள்ளனர். தெற்கே பாண்டிய நாட்டை ஆண்ட பாண்டிய மன்னரும் செப்பேடுகளையும் கல்வெட்டுகளையும் வெளிப்படுத்தினர். இவற்றால் இவ்விரு மரபினர் வரலாறுகளும் ஓரளவு அறிய முடிகின்றன. ஆயின், இவர்களைப் போல இவ்விடைக்காலச் சோழர் (கி.பி. 400-850) கல்வெட்டுகளை வெளியிட்டிலர். புலவர்கள் இவர்களைப் பற்றி நூல்கள் செய்திலர். இக் குறையாடுகளால் இடைக்காலச் சோழர் வரலாறு ஒழுங்காகக் கூறுதற்கில்லை. எனவே, இக் காலத்தைச் 'சோழர் வரலாற்றில் இருண்ட காலம்' என்று கூறுதல் பொருத்தமானது.

விண்மீன்கள்

'இடைக்காலச் சோழர் காலம்' என்ற இருண்ட வானத்தில் சில விண்மீன்கள் அங்கு ஒன்றும் இங்கு ஒன்றுமாக ஒளிர்கின்றன. அவற்றைப் பல்லவர், பாண்டியர், சாளுக்கியர் கல்வெட்டுகள் என்ற பெரிய பூதக்கண்ணாடியாற் காணலாம். ஆயின், பெரிய புராணம், குருபரம்பரை முதலிய 'இலக்கியம்' என்ற நுட்பமான கருவியால் இடைக்காலச் சோழர் என்ற விண்மீன்கள் இன்னவை என ஒருவாறு அறிந்து இன்புறலாம்.

கல்வெட்டுகள்

1. கி.பி. 5ஆம் நூற்றாண்டில் புத்தவர்மன் என்ற பல்லவன் கடல் போன்ற சோழர் படையை எதிர்த்தான் என்று பல்லவர் பட்டயம் குறிக்கிறது.
2. கி.பி. 6ஆம் நூற்றாண்டில் சிம்ம விஷ்ணு சோழரை வென்று சோழ நாட்டைக் கைப்பற்றினான் என்று பல்லவர் பட்டயம் பகர்கின்றது.
3. கி.பி. 7ஆம் நூற்றாண்டில் பல்லவ நாட்டின் மீது படையெடுத்த இரண்டாம் புலிகேசி தன் பட்டயத்தில் சோழரைக் குறித்துள்ளான்.

4. அதே நூற்றாண்டில் பல்லவரைத் தோற்கடித்த முதலாம் விக்கிரமாதித்தனைச் சோழரும் பாண்டியரும் சேரரும் தாக்கினர் என்று சாளுக்கியர் பட்டயம் தெரிவிக்கின்றது.

5. கி.பி. 8ஆம் நூற்றாண்டில் கோச்சடையன்-ரணதீரன், மாறன் சடையன் என்ற பாண்டிய மன்னர்கள் தங்களைப் 'பாண்டிய-சோழ மரபினர்' என்று கூறிக்கொண்டனர்! (இதனால் சோழ-பாண்டியர், உறவு கொண்டாடினர் என்பது பொருள் ஆகும்).

6. கி.பி. 9ஆம் நூற்றாண்டில் சோழர் பல்லவருடன் சேர்ந்து பாண்டியரைத் தாக்கினர் என்று பாண்டியர் பட்டயம் குறித்துள்ளது.

இச் சான்றுகளால், நாம் முன் சொன்னவாறு, சோழர் இழிநிலையுற்றுத் தொடர்ச்சியாகச் சிறு நாட்டை ஆண்டு வந்தனர்; ஒருபொழுது பல்லவருடன் கலந்து உறவாடினர்; மறு பொழுது பாண்டியருடன் கலந்துகொண்டனர் என்பன நன்கு அறியலாகும். இங்ஙனம் ஒளி மழுங்கி வாழ்ந்த சோழருள் இலக்கியம் கொண்டு கூறத்தக்கார் யாவர் எனக் காண்போம்.

இலக்கியம்

இவ்விருண்ட காலச் சோழரைப் பற்றிக் கூறும் சிறந்த நூல், சேக்கிழார் இயற்றிய பெரிய புராணமே ஆகும். அதனிற் கூறப்பட்டுள்ள நாயன்மார் அறுபத்து மூவர் காலம் ஏறத்தாழக் கி.பி. 400-865 ஆகும்; அஃதாவது மேற் சொன்ன இருண்ட காலமே ஆகும். சேக்கிழார் கி.பி. 12ஆம் நூற்றாண்டினர். ஆயினும், அவர் சோழப் பேரரசரது அமைச்சராக இருந்தவர்; ஆதலால், இருண்ட காலச் சோழரைப்பற்றித் தம் மனம் போனவாறு கற்பனையாக எதனையும் பொறுப்பற்ற முறையில் கூறியிருத்தல் இயலாது. ஆகவே, அவர் தமது பெரிய புராணத்தில் சோழரைப் பற்றிக் கூறியுள்ளன அவர் காலச் சோழர் அரண்மனைச் செய்தியாக (வழிவழியாக அரச மரபினர் கூறிவந்த செய்தியாக) இருத்தல் வேண்டும் என்று கொள்ளுதல் பொருத்தமாகும். இந்த நினைவுடன் பெரிய புராணத்துட் கூறப்பட்டுள்ள சோழர்களைக் காண்போம். அவர்கள் 1. கோச்செங்கண் சோழன், 2. புகழ்ச் சோழன், 3. தண்டியடிகள் காலத்துச் சோழன், 4. மங்கையர்க்கரசியார் தந்தை, 5. சுந்தரர் காலத்துப் பாண்டியன் மகளை மணந்த சோழன் என்போராவர்.

கோச்செங்கணான்[1]

இவன் தந்தை சுபதேவன் என்பவன். அவன் சிதம்பரத்தில் கூத்தப் பெருமான் திருவருளை வேண்டிக் கோச்செங்கணானைப் பெற்றான். சுபதேவன் சோழர் மரபில் வந்தவன். கோச்செங்கட்சோழன் பெரும்படை திரட்டினான். அவனிடம் சிறந்த யானைப்படை, குதிரைப்படை, காலாட்படைகள் இருந்தன. அவன் சிவபிரான் அருள் பெற்றவன். அவ்வரசன், போரில் சேர அரசனைக் கொன்றான்; படைபலம் மிக்க பேரரசர் (களப்பிரர், பல்லவர்) பலரை வென்றான்; சோழ நாட்டின் வடக்கில் உள்ள நாடுகளையும் கைப்பற்றினான். அவன் சைவவைணவ சமயங்களிடம் மதிப்புடையவன்; சிவபிரானுக்காக 70 கோவில்களைத் தமிழ் நாட்டில் எடுப்பித்தான். இச் செய்திகளை அவன் காலத்தவரான பொய்கையார், பின்வந்த அப்பர், சம்பந்தர், திருமங்கை யாழ்வார், சுந்தரர், என்போர் குறித்துள்ளனர். அவன் காலம் ஏறத்தாழக் கி.பி. 400-600க்குள் என்னலாம்.

புகழ்ச் சோழன்

இவன் உறையூரைத் தலைநகராகக் கொண்டு அரசாண்டவன்; சிறந்த சிவபக்தன்; தனக்குத் திறை கட்டாதிருந்த அதியமானைப் போரில் முறியடித்தவன்; பெருவீரன்; அதியனுடன் நடந்த போரில் கொல்லப்பட்ட பகைவர் தலைகளில் ஒன்று சடைபோன்ற தோற்றத்தைக் காட்டியது; அத்தலையுடைய வீரன் சிவனடியானாக இருத்தல் வேண்டும்-அவனைக் கொல்லக் காரணனாக இருந்த தானே அப்பாவத்திற்கு ஈடாக நெருப்பில் மூழ்குதல் தக்கது என்றெண்ணித் தீமூழ்கி இறந்தான். இவ்வரலாறு பெரிய புராணத்திற் காணப்படுகின்றது. இவன் காலமும் கி.பி. 400-600க்கு உட்பட்டதாகும்.

தண்டி அடிகள் காலத்துச் சோழன்

தண்டியடிகள் என்பவர் நாயன்மார் அறுபத்து மூவருள் ஒருவர். அவர் குருடர். அவர் சிவனருளால் கண் பெற்றால், தாம் திருவாரூரை விட்டுப் போவதாக அங்கிருந்த சமணர் சபதம் கூறினர். தண்டியார், தம் காலத்துச் சோழ அரசனை நடுவனாக வைத்துச் சிவனருளை வேண்டினார்; வேண்டியவாறு

கண் பெற்றார். சமணர், சொன்னவாறு ஊரைவிட்டு அகன்றனர். இத்தண்டியடிகள், அப்பர்-சம்பந்தர்க்கு (கி.பி. 7ஆம் நூற்றாண்டிற்கு) முற்பட்டவர். மேற் சொன்ன மூவர் காலமும் கி.பி. 400 முதல் 600க்குள் அடங்கும்.

அப்பர் காலத்துச் சோழன்

இவன் மங்கையர்க்கரசியார்க்குத் தந்தை அல்லது சகோதரனாக இருக்கவேண்டும். இவன் பழையாறையில் சமணரால் மறைக்கப்பட்ட லிங்கத்தை, சமணரை அகற்றி அப்பரைத் தரிசிக்கச் செய்தவன்; திருப்பனந்தாளில் சாய்ந்திருந்த லிங்கத்தை யானைகளைக் கொண்டு நிமிர்த்த முயன்றவன்; இறுதியில் அதனை நிமிரச் செய்த குங்கிலியக்கலய நாயனாரைப் பணிந்து அவரது ஆசியைப் பெற்றவன். இவனது காலம் கி.பி. 7ஆம் நூற்றாண்டு ஆகும்.

சுந்தரர் காலத்தவன்

இவன் பாண்டியன் மகளை மணந்து மதுரையில் தங்கி இருந்த பொழுது, சுந்தரரும் சேரமான் பெருமாள் நாயனாரும் மதுரையை அடைந்தனர்; பாண்டியன் அரண்மனையில் தங்கினார்; பின்னர்ச் சுந்தரர் மூவேந்தருடன் சில கோவில்களைத் தரிசித்துப் பதிகங்கள் பாடினார்.

தர்மவர்மன்

அரங்க நாதனையே மணப்பதாக விரதங்கொண்ட உறையூர் நாச்சியார் எனப்பட்ட வைணவப் பெண்மணியின் தகப்பன், உறையூரை ஆண்ட சோழ அரசன் ஆவன். அவன் பெயர் தர்மவர்மன் என்று குருபரம்பரை (வைணவ நூல்) கூறுகிறது.

சோழர் படைத்தலைவர்

(1) கி.பி. எட்டாம் நூற்றாண்டில் வாழ்ந்த திருமங்கையாழ்வார், முதலில் சோழனிடம் படைத்தலைவராக இருந்தவர். (2) கி.பி. 9ஆம் நூற்றாண்டில்-சுந்தரர் காலத்தில்மானக்கஞ்சாற நாயனார் என்பவர் சோழர் படைத்தலைவராக இருந்தார். அவர் தமது பெண்ணைச் சோழர் படைத் தலைவரான மற்றொருவர்க்கு-ஏயர்கோன் கலிக்காம நாயனார் என்பவர்க்கு மணம் செய்வித்தார். மற்றொரு சேனைத்

தலைவர், திருநாட்டியத்தான் குடியைச் சேர்ந்த கோட்புலி நாயனார் என்பவர். அவர் சோழர் படைக்குத் தலைமை தாங்கிப் பல போர்கள் செய்தவர். அதனாற்றான் சுந்தரர் அவரைக் "கூடாமன்னரைக் கூட்டத்துள் வென்றவர்" என்று பாராட்டியுள்ளார். இம்மூன்று படைத்தலைவரும் சுந்தரர் காலத்தவர்.

இச்சான்றுகளால் சோழர், பல்லவர் ஆட்சிக் காலம் முழுவதும் தொடர்ச்சியாக இருந்துவந்தனர் என்பதும், சமயத் தொண்டில் சிறந்திருந்தனர் என்பதும், பல்லவர்-பாண்டியர்சாளுக்கியர் போர்களில் ஈடுபட்டிருந்தனர் என்பதும், சிற்றரசர் நிலையிலும் படைத்தலைவர்களைப் பெற்றிருந்தனர் என்பதும் நன்கு அறியக் கிடக்கின்றன அல்லவா?

அடிக்குறிப்புகள்

1. இவனைச் சங்க காலத்தவன் என்று கூறுதல் பொருத்தமன்று. இதற்குரிய பல காரணங்களை எனது "பெரிய புராண ஆராய்ச்சி" என்னும் நூலிற் காண்க.

3. சோழப் பேரரசு

திருப்புறம்பியப் போர்

காரணம்: சென்ற பகுதியிற் கூறியவாறு சோழர் சிற்றரசராக ஏறத்தாழ 500 வருட காலம் இருந்தனர். அவர்களில் கடைசி அரசன் பரகேசரி விஜயாலயன் என்பவன். அவன் காலம் கி.பி. 850-871 என்னலாம். அவன் காலத்தில் முத்தரையர் என்ற அரச மரபினர் தஞ்சாவூரையும் அதனைச் சுற்றியுள்ள பகுதியையும் ஆண்டுவந்தனர். அவர்கள் பாண்டிய அரசனுக்கு உதவியாக இருந்து பல்லவரை எதிர்த்துப் போரிட்டு வந்தனர். விஜயாலயன் பல்லவர் பக்கம் சேர்ந்தவன். அவன் திடீரெனத் தஞ்சாவூரைத் தாக்கிப் பிடித்துக் கொண்டான். தன் கூட்டயாளியான முத்தரையன் தோற்றதைக் கேட்ட வரகுண பாண்டியன் (கி. பி. 830-862), சோழன்மீது படையெடுத்து வந்தான். அதனை அறிந்த அபராஜிதவர்மன் என்ற பல்லவன், விஜயாலயனுக்குத் துணைபுரிய வந்தான். அப்பல்லவனுடன் அவன் பாட்டனான முதலாம் பிருதிவிபதி என்ற கங்க அரசனும் போருக்கு வந்தான்.

போர்: அனைவர் படைகளும் கும்பகோணத்தை அடுத்த திருப்புறம்பியம் என்ற இடத்திற் சந்தித்தன. கடுமையான போர் நடந்தது. கங்க அரசன் போரில் இறந்தான். வரகுணன் போரில் தோற்று ஓடினான். விஜயாலயன் மகனான இராஜகேசரி ஆதித்த சோழன் இப்போரில் சிறந்த பங்கு எடுத்துக் கொண்டான். ஆதித்தனும் அபராஜிதனும் வெற்றி பெற்றனர். ஆதித்தன் சோழ நாட்டின் பெரும் பகுதிக்கு அரசன் ஆனான். இத் திருப்புறம்பியப் போரில் உண்டான வெற்றியே பிற்காலச் சோழப் பேரரசுக்கு ஏற்ற அடிப்படையாக அமைந்தது. இப்போர் நடந்த காலம் ஏறத்தாழக் கி.பி. 880 என்னலாம்.

ஆதித்த சோழன் (கி.பி. 871-907)

இவன் சிறந்த சிவபக்தன்; காவிரியாற்றின் பிறப்பிடம் முதல் கடல்வரை அதன் ஒரு கரைகளிலும் சிவனுக்காகக் கற்றளிகளை எடுப்பித்தான்; கொங்கு நாட்டை[1] வென்றான்; அபராஜிதவர்மனைக் கொன்று பல்லவ நாட்டையும் சோழ நாட்டுடன் சேர்த்துக்கொண்டான்; இங்ஙனம் சங்க காலச் சோழரது சுயாட்சியை இந்த ஆதித்த சோழன் மீட்டும் ஏற்படுத்தினான். பல்லவப் பெருநாடு சோழப் பெருநாடாக மாறிவிட்டது. ஆதித்தன் பல்லவ அரச மரபில் வந்த ஒருத்தியை மணந்து கொண்டான்; சேர அரசனான தாணு ரவி என்பவனுடன் நட்புக் கொண்டிருந்தான். இவன் காளத்திக்கு அருகில் உள்ள 'தொண்டைமான் நாடு' என்ற ஊரில் இறந்தான். அங்கு இவன் மகனான பராந்தகன் 'கோதண்ட ராமேஸ்வரம்' என்ற கோவிலை இவன் நினைவுக்கு அறிகுறியாகக் கட்டினான்.

முதற் பராந்தகன் (கி.பி. 907-953)

சோழர்க்குள் 'பரகேசரி-இராஜகேசரி' என்ற பட்டங்கள் மாறி மாறி வரும். விஜயாலயன் பரகேசரி ஆவன்; எனவே, ஆதித்தன் இராஜசேகரி-இப் பராந்தகன் 'பரகேசரி' என்ற பட்டம் உடையவன். இவன் பல போர்கள் செய்து சோழ நாட்டை விரிவாக்கினான். அவற்றை ஒன்றன் பின் ஒன்றாகக் காண்போம்:

சோழர்-பாண்டியர் போர் I

பராந்தகன் பெரும்படையுடன் சென்று பாண்டிய நாட்டைத் தாக்கினான். அப்பொழுது பாண்டிய அரசனாக இருந்தவன் இராஜசிம்மன் என்பவன். அவன் தன்னால் இயன்றவரை போரிட்டுத் தோற்று ஈழ நாட்டிற்கு ஓடிவிட்டனன். பாண்டிய நாடு சோழர் கைப்பட்டது. பராந்தகன் 'மதுரை கொண்ட கோப் பரகேசரி' எனப் பெயர் பெற்றான்.

சோழர்-பாண்டியர் போர் II

இராஜ சிம்மன் இலங்கை மன்னனான ஐந்தாம் காசிபனைத் துணை வேண்டினான். காசிபன் தன்னிடம் இருந்த சிறந்த படைகளை உதவினான். பாண்டியனது படை, இலங்கைப் படை ஆகிய இரண்டும் பாண்டிய நாட்டைக் கைப்பற்றப் போர்

புரிந்தன. பராந்தகன் அப்படைகளை வேளூர் என்ற இடத்தில் முறியடித்தான். பாண்டியன் இலங்கைக்கு ஓடிவிட்டான்.

சோழர்-இலங்கையர் போர்

இராஜ சிமன் தன் முடி, சிறந்த நகைகள் இவற்றை இலங்கை அரசனிடம் ஒப்படைத்துத் தன் தாய் வீடான சேரர் அரண்மனைக்குச் சென்றான். இதனை உணர்ந்த பராந்தகன் பாண்டியனுடைய முடி முதலியவற்றைத் தன்னிடம் ஒப்படைக்குமாறு காசிபனை வேண்டினான். அவன் மறுக்கவே, இலங்கைமீது படையெடுத்தான். காசிபன் போரில் தோற்றுத் தென் இலங்கைக்கு ஓடிவிட்டான். வட இலங்கை பராந்தகன் வசப்பட்டது. அதுமுதல் பராந்தகன் ‘மதுரையும் ஈழமும் கொண்ட கோப் பரகேசரி’ என்று பெயர் பெற்றான்.

பிற வெற்றிகள்

பராந்தகன் பாணரை வென்று, அவரை அடுத்திருந்த வைதும்பரையும் வென்று நாட்டை விரிவாக்கினான். இவர்களுள் தென் ஆர்க்காடு, வட ஆர்க்காடு, சித்தூர் ஜில்லாக்களில் ‘பெரும் பாணப்பாடி’ நாட்டை ஆண்டவர் பாணர் ஆவர். வைதும்பர் கடப்பை, சித்தூர் ஜில்லாக்களை ஆண்ட தெலுங்கர் ஆவர். பராந்தகனால் அரசுரிமை இழந்த இவ்விரு மரபினரும் வடமேற்கில் பேரரசு செலுத்திய இராஷ்டிரகூட அரசனான மூன்றாம் கிருஷ்ணன் துணையை நாடினர்.

இராஜாதித்தன்

பராந்தகன் இதனை அறிந்தும், இரட்டர் படையெடுப்பை எதிர் நோக்கியும், தன் மூத்த மகனான இராஜாதித்தனைப் பெரும்படையுடன் தென் ஆர்க்காடு ஜில்லாவில் நிலையாகத் தங்கியிருக்கும்படி செய்தான். ஏறத்தாழக் கி.பி. 950ல் மூன்றாம் கிருஷ்ணன் சோழப் பெருநாட்டின் மீது படையெடுத்தான். ஆர்க்கோணத்திற்கு அடுத்த தக்கோலம் என்ற இடத்தில் பெரும் போர் நிகழ்ந்தது. போரில் இராஜாதித்தன் கொல்லப் பட்டான்; தொண்டை நாடு கிருஷ்ணன் வசப்பட்டது. பராந்தகன் பாடுபட்டு உண்டாக்கிய சோழப் பேரரசு நிலை குலைந்தது. இந்த மன வருத்தத்திலேயே பராந்தகன் உயிர் துறந்தான்.

கண்டர் ஆதித்தன் (கி.பி. 950-957)

பராந்தகனுக்கு இராஜாதித்தன், கண்டர் ஆதித்தன். அரிஞ்சயன் என்று ஆண்மக்கள் மூவர் இருந்தனர்; வீர மஹாதேவி, அநுபமா என்று பெண்மக்கள் இருவர் இருந்தனர். இவருள் இராஜாதித்தன் தந்தைக்கு முன்பே இறந்துவிட்டதால், பராந்தகனுக்குப் பின் கண்டர் ஆதித்தன் பட்டம் ஏற்றான். இவன் 'இராஜகேசரி' என்ற பட்டம் உடையவன். இவன் கொல்லி மழவர் மகளாரான செம்பியன் மாதேவியாரை மணந்தவன். அந்த அம்மையார் சிறந்த சிவபக்தர்; நாற்பதுக்கு மேற்பட்ட சிவன் கோவில்கட்குப் பல நிபந்தங்கள் விட்டவர்; திருப்பணிகள் செய்தவர். கண்டராதித்தன் பாடிய பாக்கள் சைவத் திருமுறைகளில் ஒன்றான ஒன்பதாந் திருமுறையில் சேர்க்கப்பட்டு உள்ளன. இவன் மகன், மதுராந்தகன் என்ற உத்தம சோழன் ஆவன்.

அரிஞ்சயன் (கி.பி. 956-957)

இவன் அரசியல் அறிவுடையவன்; 'பரகேசரி' என்ற பட்டம் உடையவன். இவன், தன் தந்தையிடம் தோற்று இராஷ்டிரகூடருடன் உறவு கொண்ட வைதும்பராயன் மகள் கல்யாணி என்பாளை மணந்துகொண்டான். இவன், இப்புதிய தொடர்பால் தொண்டை நாட்டைக் கைப்பற்றினான்.

இரண்டாம் பராந்தகன் (கி.பி. 956-973)

இவன் அரிஞ்சயன் மகன்; 'இராஜ கேசரி' என்ற பட்டம் பெற்றவன். இவன், வீர பாண்டியனைப் பொதியமலைப் பக்கம் ஓடச்செய்து, புகழ் பெற்றவன். அவனுடன் நடத்திய கடும்போரில் இவனுக்கு முதல் மகனான ஆதித்த கரிகாலன் என்பவன் பெரும்பங்கு கொண்டான். இவன் காஞ்சியில் இருந்த 'பொன் மாளிகை' என்ற அரண்மனையில் இறந்ததால், 'பொன் மாளிகைத் துஞ்சின தேவர்' எனப்பட்டான். இவனுக்குச் 'சுந்தர சோழன்' என்ற பெயரும் உண்டு.

மதுராந்தகன் (கி.பி. 973-985)

இவன் முன் சொன்ன கண்டர் ஆதித்தன் மகன். இவன் வயதானவன்; சோழ அரசனாகப் பெரிதும் விரும்பினவன். அவ்விருப்பத்தால் இவன், பட்டத்திற்குரிய சுந்தர சோழன்

மகனான கரிகாலனைக் கொலை செய்தவன் என்று கருத இடமுண்டு. இவன் கொலை செய்யப்பட்ட கரிகாலனுக்குத் தம்பியான இராஜராஜ சோழனை இளவரசனாக்கித் தான் பேரரசன் ஆனான்; சிவப்பணிகள் பல செய்து இறந்தான்.

இராஜராஜன் (கி.பி. 985–1014)

போர்கள்

சோழப் பேரரசருள் அழியாப் புகழ் நிறுத்தியவன் இராஜகேசரி இராஜராஜனே ஆவன். இவன் சோழப் பெருநாட்டை ஏற்படுத்தித் துணிந்து நிலப்படை, கடற்படைகளைப் பெருக்கினான்; அவற்றின் துணையைக் கொண்டு சேர நாட்டை வென்றான்; சேரனது கடற் பலத்தை ஒழித்தான்; பாண்டிய நாடு முழுவதும் கைப்பற்றினான்; கொங்கு நாட்டை வென்றான்; குடகு முதலிய மலைநாடுகளைத் தன் வயப்படுத்தினான்; மைசூர்ச் சம்ஸ்தானத்தில் அடங்கிய நுளம்ப பாடி, தடிகை பாடி என்ற நாடுகளை வென்றான்; கங்கபாடியைக் கைப்பற்றினான். இவன் இங்ஙனம் துங்கபத்திரை, கிருஷ்ணை யாறுகளை வட எல்லையாகவும், கன்னி முனையைத் தென் எல்லையாகவும் கொண்ட தென் இந்தியா முழுவதையும் வென்று சோழப் பேரரசை விரிவாக்கினான்.

கீழைச் சாளுக்கியர்

கோதாவரிக்கும் கிருஷ்ணைக்கும் இடைப்பட்ட நாடு வேங்கை நாடு எனப்படும். அதனைக் கீழைச் சாளுக்கியர் ஆண்டு வந்தனர். அம்மரபினர் இரு கிளைஞராகிப் பட்டம் பெறப் பூசலிட்டனர். அவருள் நியாயமாக அரசராகத் தக்கார் பக்கம் இராஜராஜன் சேர்ந்து, சக்திவர்மன் என்பவனை அரசன் ஆக்கினான்; அவன் தம்பியான விமலாதித்தற்குத் தன் மகளான குந்தவை என்பாளை மணமுடித்து உறவு கொண்டான். விமலாதித்தன் கி.பி. 1011ல் கீழைச் சாளுக்கிய அரசன் ஆனான். கலிங்க வெற்றி இராஜராஜன் கோதாவரிக்கு அப்பால் இருந்த அரசர் சிலரை வெல்லத் தன் செல்வக் குமரனான இராஜேந்திரனைப் பெரும் படையுடன் அனுப்பினான். அவன் கலிங்கம்வரை சென்று தன் வெற்றித் தூணை மகேந்திர மலையில் நாட்டி மீண்டான்.

சோழர்-சாளுக்கியர்

போர் இப்பொழுதுள்ள பம்பாய் மாகாணத்தையும் ஹைதராபாத் சம்ஸ்தானத்தின் பெரும் பகுதியையும் மேலைச்சாளுக்கியர் ஆண்டு வந்தனர். இராஜராஜன் காலத்தில் சாளுக்கிய அரசனாக இருந்தவன் சத்யாஸ்ரயன் என்பவன். இராஜேந்திரன் பெரும் படையுடன் சென்று அவனை வென்று அவன் வல்லமையைக் குறைத்து மீண்டான்.

ஈழ மண்டலம்

பராந்தகனுக்குப் பின் ஈழ நாடு சுயேச்சை பெற்றுவிட்டது. இராஜராஜன் காலத்தில் அதனை ஐந்தாம் மஹிந்தன் என்பவன் ஆண்டு வந்தான். அவன் காலத்தில் இலங்கையில் ஒரு குழப்பம் உண்டாயிற்று. அதனால் அரசன் தென் இலங்கைக்கு ஓடிவிட்டான். அச்சமயத்தைப் பயன்படுத்திக் கொள்ள இராஜராஜன் விரைந்து, தன் கடற்படையை ஏவினான். சோழப் பெரும் படை வட இலங்கையைக் கைபற்றியது; அதன் தலைநகரான அநுராதபுரத்தை அழித்தது; 'பொலந்நருவா' என்பதைத் தலைநகரமாக மாற்றியது. சோழப் பிரதிநிதி அங்கிருந்து வட இலங்கையை அரசாளத் தொடங்கினான். வட இலங்கை 'மும்மடி சோழ மண்டலம்' எனப் பெயர் பெற்றது. இராஜராஜன் பொலந்நருவாவில் 'இராஜ ராஜேஸ்வரம்' என்ற அழகிய சிவன் கோவிலைக் கட்டினான். அக்கோவில் இன்றும் சோழரது கட்டடத் திறமையை விளக்கி நிற்கின்றது.

மாலத் தீவுகள்

இவை கன்னி முனைக்குத் தென் மேற்கில் இந்துப் பெருங் கடலில் இருப்பவை. இராஜராஜன் இவற்றைத் தன் கடற்படை வலியால் வென்றான். இவை 'முந்நீர்ப் பழந்தீவு பன்னீராயிரம்'[2] எனப்பட்டன.

பேரரசன்

இராஜராஜனது இயற்பெயர் அருள்மொழித் தேவன் என்பது. இவன் அரசர் பலரை வென்ற காரணத்தால் 'இராஜராஜன்' எனப் பெயர் பெற்றான்; எங்கும் 'ஜயம்' கொண்டதால், 'ஜயங்கொண்ட சோழன்' எனப்பட்டான். இவன் வீரம், பொறுமை, அரசியல் அறிவு, சமயப் பற்று இவற்றில்

சிறந்து விளங்கினான்; தான் அரும்பாடுபட்டு உண்டாக்கிய சோழப் பேரரசு வீழ்ச்சி அடையாதிருக்கத் தான் வென்ற நாடுகளில் பண்பட்ட படைகளை நிலையாக வைத்திருந்தான்; தக்க பிரதிநிதிகளை அமர்த்தி ஆளச் செய்தான்; நாடு முழுவதும் அளப்பித்தான்; பெருநாட்டை ஆளத்தக்க நடு அரசாங்கத்தை வன்மையுடைய தாக்கினான்.

சமயப் பற்று

இராஜராஜன் சிறந்த சிவபக்தன்; இன்றும் ஆராய்ச்சி அறிஞர் வியந்து பாராட்டுமாறு பெரிய சிவன் கோவிலைக் தஞ்சையில் கட்டினவன்; அதனைத் தன் உயிரினும் மேலாகக் கருதிப் பெருஞ்செல்வம் மானியமாக விட்டவன். இவன் அக்கோவிலில் தேவாரம் பாட நாற்பத்தெண்மரை அமர்த்தினான்; இசை, நடனம், நாடகம் இவற்றை வளர்க்க நானூறு மகளிரைப் பல ஊர்களிலிருந்து வரவழைத்தான்; அவர்கட்கு நானூறு வீடுகளும் நானூறு வேலி நிலமும் தானமாகத் தந்தான்; திருநாரையூரைச் சேர்ந்த நம்பியாண்டார் நம்பியைக் கொண்டு அப்பர்-சம்பந்தர்-சுந்தரர் பாடிய திருப்பதிகங்களை ஏழு திருமுறைகளாகத் தொகுப்பித்தான்; தனது தஞ்சைப் பெரிய கோவிலில் அம் மூவர் சிலைகளையும் எடுப்பித்துப் பூசையும் விழாக்களும் நடக்க ஏற்பாடு செய்தான். இவன் சிறந்த சிவபக்தன் ஆயினும், நாகப்பட்டினத்தில் கட்டப்பட்ட பௌத்த விஹாரத்திற்கு ‘ஆனைமங்கலம்’ என்ற கிராமத்தை மானியமாக விட்டான்; பெருமாள் கோவில்கள் பலவற்றுக்கும் தருமங்கள் செய்துள்ளான். இவன் காலத்தில் சமணப் பள்ளிகளும் செல்வாக்கைப் பெற்றன. சுருங்கக் கூறுமிடத்து, இவனது அரசாட்சி தென் இந்திய வரலாற்றில் சிறந்த இடம் பெறத்தக்கது என்னலாம். இராஜராஜன், தென் இந்திய வரலாற்றிலும் சமய வரலாற்றிலும் அழியாப் புகழைப் பெற்றுவிட்டான்.

இராஜேந்திரன் (கி.பி. 1012-1044)

பரகேசரி இராஜேந்திரன் இராஜராஜனுக்கு ஏற்ற மகன் ஆவன். இவன் இளவரசனாக இருந்த பொழுதே பல போர்களைச் செய்து போதிய பயிற்சி பெற்றவன்; இளவரசன் என்ற முறையில் அரசியல் அநுபவம் பெற்றவன். இவன்

பட்டம் பெற்றபோது இவனுக்கு ஏறத்தாழ நாற்பத்தைந்து வயதிருக்கலாம். இவன் பட்டம் பெற்ற ஏழாம் ஆண்டில், தன் மூத்த மகனான இராஜாதிராஜனை இளவரசனாக்கினான்; பிறிதொரு மகனைச் 'சோழ பாண்டியன்' என்ற பெயருடன் பாண்டிய நாட்டை ஆளுமாறு செய்தான். இவ்வாறு தன் மக்கள் மூவருள் இருவரை மண்டலத் தலைவராக்கி, பேரரசைக் கவனிக்க இளவரசனை நியமித்துத் தான் போர்ச் செயல்களில் ஈடுபட்டான்.

போர்கள்

இராஜேந்திரன் மேலைச் சாளுக்கிய நாட்டின் சில பகுதிகளை வென்றான்; இலங்கையில் கலகம் விளைத்து வட பகுதியைக் கைப்பற்ற முனைந்த ஐந்தாம் மஹிந்தனைப் போரில் தோற்கடித்தான்; அவனுடைய முடி முதலியனவும், இராஜசிம்ம பாண்டியன் அவனிடம் ஒப்புவித்திருந்த முடியும் இந்திரன் ஆரமும் பிறவும் கைக்கொண்டான். இங்ஙனம் பராந்தகனாற் பெற முடியாதிருந்த பாண்டியன் பொருள்களைப் பெரு வீரனான இராஜேந்திரன் பெற்றான். இப்போரில் பயனாக முழு இலங்கையும் சோழ அரசுக்கு உட்பட்டது. மஹிந்தன் சோழ நாட்டிற்குக் கொண்டு செல்லப்பட்டான்.

கங்கைவரை படையெடுப்பு

இராஜராஜன் கங்கை நீரைக் கொணர்ந்து தெளித்துத் தான் கட்டிய புதிய நகரத்தைத் தூய்மை செய்ய எண்ணினன் போலும்! இவன் வன்மை மிக்க படை ஒன்றைத் தன் மகா சாமந்தனிடம் ஒப்புவித்து வடக்கு நோக்கிச் செல்ல விடுத்தான். அப்படை கோதாவரி முதல் கங்கைவரை இருந்த அரசர் பலரை வென்று, அவர்தம் விலையுயர்ந்த பொருள்களைக் கைப்பற்றியது; பேரரசனாக இருந்து வங்காளத்தை ஆண்ட மகிபாலனைத் தோற்கடித்துக் கங்கை நீரைக் குடங்களிற் கொண்டு மீண்டது. பெருவெற்றி பெற்று மீண்டு வந்த சோழர் படையை, இராஜேந்திரன் கோதாவரிக் கரையிற் சந்தித்து வரவேற்றான்; இவ்வெற்றியை நினைந்து, தான் உண்டாக்கிய புதிய நகரத்திற்குக் 'கங்கை கொண்ட சோழபுரம்' என்னும் பெயரிட்டு மகிழ்ந்தான்.

கடல் கடந்த நாடுகள்

இராஜேந்திரன், மேற்சொன்ன வெற்றிகட்குப் பிறகு தன் கடற்படையை ஏவிச் சுமத்ரா, ஜாவா, மலேயாத் தீபகற்பம் என்னும் இடங்களைக் கைப்பற்றச் செய்தான். இவை 'ஸ்ரீவிஜய நாடு' என்பதைச் சேர்ந்தவை. இவற்றில் இருந்த துறைமுக நகரங்கள் பல, சோழன் வசப்பட்டன. அவ்விடங்கள் சீனநாட்டுக் கப்பல்கட்கும் தமிழ்நாட்டுக் கப்பல்கட்கும் பிரயாண நடுவில் தங்கும் இடங்களாக இருந்தவை. இராஜேந்திரன் வாணிகத்தைப் பெருக்கவோ-தன் ஆற்றலைக் காட்டவோ படையெடுத்து இவற்றை வென்றிருத்தல் வேண்டும்.

இலங்கைப் போர்

இஃது இராஜேந்திரனது ஆட்சி இறுதியில் நடந்ததாகும். முன்பு சோழரிடம் சிறைப்பட்ட மஹிந்தனுக்குக் காசிபன் என்ற மகன் இருந்தான். அவன் தென் இலங்கையில் இருந்து அரசாண்டான். அவன் முழு இலங்கையையும் கைப்பற்ற முனைந்தான். அவனுக்குப்பின் வந்தவரும் ஓயாது சோழருடன் போரிட்டனர். இக்கலக நிலையை அறிந்த இளவரசனான இராஜாதிராஜன் பெரும்படையுடன் ஈழம் சென்று வெற்றி பெற்று அமைதியை உண்டாக்கி மீண்டான்; பாண்டிய நாட்டு வழியே திரும்புகையில் வேணாட்டரசனையும் சேரனையும் வென்று மீண்டான்.

சோழர்-சாளுக்கியர் போர்

இப்போரும் இராஜாதிராஜனால் நடத்தப்பட்டது. மேலைச் சாளுக்கிய அரசனான ஆஹவமல்லன், இராஜேந்திரன் தனது நாட்டிலிருந்து கவர்ந்து கொண்ட பகுதிகளை மெல்ல மெல்லக் கைப்பற்றிச் சோழர்க்கு உட்பட்ட நுளம்பபாடியைக் கவரத் தலைப்பட்டான். அதனால் இராஜாதிராஜன் பெரும் படையுடன் வடமேற்கிற் சென்று சாளுக்கியர் படையைச் சிதறவடித்தான்; அதன் தலைவர்களைக் கொன்றான்; ஆஹவமல்லன் மக்களான விக்கிரமாதித்தன். விஜயாதித்தன் என்பவரை ஓடச் செய்தான்; சாளுக்கிய நாட்டிற்குட் புகுந்து பல நகரங்களை அழித்தான்; ஆஹவ மல்லனால் சமாதானம் வேண்டி அனுப்பப்பட்ட தூதுவர்க்குப் பெண் உடை தரித்து அவமதித்தான்; சினங்கொண்டு மீண்டும் போரிட வந்த ஆஹவமல்லனைத்

தோற்கடித்துச் சாளுக்கியர் தலை நகரமான கல்யாணபுரத்தைக் கைக்கொண்டான்; அங்கு 'விஜய ராஜேந்திரன்' என்ற பெயரால் விஜயாபிஷேகம் செய்து கொண்டான்.

கங்கை கொண்ட சோழ புரம்

விஜயாலயன் தஞ்சாவூரைக் கைப்பற்றியது முதல் இராஜராஜன் ஆட்சி முடியத் தஞ்சாவூரே சோழப் பெருநாட்டின் தலைநகரமாக இருந்தது. இராஜேந்திரன் காலமுதல் கங்கை கொண்ட சோழபுரம் சோழர் கோ நகரமாக விளங்கியது. இப்புதிய நகரம் கங்கை கொண்ட சோழேஸ்வரம், 'கங்காபுர மாளிகை' எனப்பட்ட அரண்மனை, பெரிய கடைத்தெரு, அரசியல் உத்தியோகஸ்தர் மாளிகைகள் முதலியவற்றைத் தன் அகத்தே பெற்ற பெரிய நகரமாக அமைந்திருந்தது. கோவிலை அடுத்து மாளிகை (அரண்மனை) இருந்தது. அவ்விடம் இன்று மேடாகக் கிடத்தலால் 'மாளிகை மேடு' எனப்படுகிறது. ஊரின் பல பகுதிகள் அழிந்து கிடக்கின்றன; ஊரின் பல பகுதிகள் அழிந்து கிடக்கின்றன; பல இடங்கள் காட்டுப்பாங்காகக் கிடக்கின்றன. பல இடங்களில் மண்மேடுகள் காட்சி அளிக்கின்றன. ஒரு காலத்திற் சோழப் பெருநாட்டின் தலைநகரமாக இருந்து புகழ்பெற்ற கங்கை கொண்ட சோழ புரம், இன்று பாழடைந்த சிற்றூராகக் காண்பது வருந்தத்தக்க காட்சியாகும்.

கங்கை கொண்ட சோழேஸ்வரம்

இக்கோவில் தஞ்சை-இராஜ ராஜேஸ்வரத்தைப் போன்றது; ஓரளவு அதனைவிடச் சிறியது. இதன் பெரியஅகன்ற கல் மதிற்சுவரும் கோபுர வாயில்களும் அழிந்து கிடக்கின்றன. இதன் பிராகாரம் அகன்றது; அதனில் உள்ள திருச்சுற்று மாளிகை பல இடங்களில் அழிந்துவிட்டது. கோவில் விமானம் நூறடிச் சதுரமாக அமைந்துள்ளது; ஒன்பது அடுக்குகளைக் கொண்டது. முதல் இரண்டு அடுக்குகள் நேராகவும் மற்றவை சிறிது சாய்ந்தும் செல்கின்றன. விமானத்தின் நான்கு பக்கங்களிலும் வாயில்களும் மாடங்களும் இருக்கின்றன. லிங்கம் மிகப் பெரியது. அதன் உயரம் 13 அடி; சுற்றளவு 33 அடி. இக்கோவிலில் உள்ள சிற்பங்கள் கண்ணைக் கவரும் வேலைப்பாடு கொண்டவை. அவற்றுள் மிகச் சிறந்தது சிவபிரான் உமையம்மையுடன் இருந்து சண்டீசர்க்குக் கொன்றை மாலை சூட்டும் காட்சியை விளக்கும் சிற்பமே ஆகும்.

சோழ கங்கம்

இது கங்கை கொண்ட சோழபுரத்தை அடுத்திருந்தது. இதன் நீளம் தெற்கு வடக்காகப் பதினாறு கல்; அகலம் ஏறத்தாழ ஐந்து கல். இதற்குக் கொள்ளிடத்திலிருந்து நீரைக் கொணரும் கால்வாயின் நீளம் அறுபது கல். இப்பெரிய ஏரி இன்று மணல் வெளியாகக் காண்கிறது. எனினும், இதன் உயர்ந்த கரைகள் அங்கங்கு இருக்கின்றன. இந்த ஏரி இன்று 'பொன்னேரி' எனப் பெயர் பெற்றுள்ளது. இஃது அக்காலத்தில் கங்கை கொண்ட சோழ புரத்தை அழகு செய்து, பக்கத்து நிலங்களைப் பசுமை செய்து, கண்ணுக்குக் கடல் போலவும் உடலுக்கு உயிர் போலவும் அமைந்திருந்ததாகும். இந்தியாவில் பழைய மன்னரால் கட்டப்பட்ட ஏரிகளில் பெரியது இந்த ஏரியே ஆகும்.

குடும்பம்-விருதுகள் முதலியன

இராஜேந்திரனுக்கு மனைவிமார் பலராவர்; ஆண்மக்கள் இராஜாதிராஜன், இராஜேந்திரன், வீர ராஜேந்திரன் என்போர் ஆவர்; பெண்மக்கள் பிரானார், அம்மங்காதேவி என்ற இருவராவர். இவருள் அம்மங்காதேவி என்பவள், விமலாதித்தன் மகனும் கீழைச் சாளுக்கிய அரசனுமான இராஜராஜ நரேந்திரன் மனைவி யாவாள். 'முடி கொண்ட சோழன், பண்டித சோழன், கங்கை கொண்ட சோழன், கடாரம் கொண்டான்' என்பன இராஜேந்திரன் கொண்ட குறிக்கத்தக்க விருதுப்பெயர்களாம். பிற்காலச் சோழருள் இராஜேந்திரனை ஒத்தார் எவரும் இலர். சோழர் வரலாற்றில் தனி இடம் பெறத்தக்க பேறுடையவன் இவனே ஆவன்.

இராஜாதிராஜன் (கி.பி. 1018-1054)

சோழர்-சாளுக்கியர் போர் II

இராஜாதிராஜன் இளவரசனாக இருந்து சாளுக்கியரை முற்றிலும் முறியடித்த செய்தி முன்னர்க் கூறப்பட்டதன்றோ? அவன் பேரரசன் ஆன பிறகு, கி.பி. 1044க்கும் 1046க்கும் இடையில் மற்றொரு முறை சாளுக்கியருடன் போரிட்டான்; போரிட்டு, முன்போலவே சேனைத்தலைவர் பலரைக் கொன்று, பல நகரங்களைத் தீக்கிரையாக்கி மீண்டான்.

சோழர்-சாளுக்கியர் போர் III

இராஜாதிராஜன் அரசனானவுடன் தனக்கு அடுத்த தம்பியான இரண்டாம் இராஜேந்திரனை இளவரசனாக்கி விட்டான்; ஏறத்தாழக் கி.பி. 1054-'55ல் இளவரசனை உடன்கொண்டு சாளுக்கியரைத் தாக்கினான். கிருஷ்ணை யாற்றங்கரையில் உள்ள 'கொப்பம்' என்ற இடத்தில் போர் நடந்தது. சாளுக்கியர் படை வீரர் இராஜாதிராஜன் ஏறி இருந்த யானையையும் அவனையுமே குறி பார்த்துப் பார்த்து இறுதியிற் கொன்றனர். சோழப்படை அஞ்சி ஓடத் தலைப்பட்டது. அதனைக் கண்ணுற்ற இராஜேந்திரன், "அஞ்சாதீர்கள்" என்று படைவீரர்க்குக் கூறி முன் பாய்ந்தான்; சோழப்படை வீரங்கொண்டது; பழிக்குப் பழிவாங்கத் துணிந்தது. அவ்வளவே ஃபோர் வேறு விதமாகத் திரும்பியது. இராஜேந்திரன் வெற்றி பெற்றான். சிறந்த சாளுக்கியர் படைத்தலைவர் பலர் மாண்டனர். சாளுக்கியர்க்கு இப்போரில் பெரிய நஷ்டம் ஏற்பட்டது. ஆஹவமல்லன் தன் பட்டத்து அரசியரையும் உயர்ந்த பொருள்களையும் யானை முதலியவற்றையும் போர்க்களத்தில் விட்டு ஓடிவிட்டான். இராஜேந்திரன் போர்க்களத்திலேயே தன்னைச் சோழப் பேரரசனாக முடி சூடிக்கொண்டான். இவ்வாறு போர்களத்தில் முடி சூடிக் கொண்ட அரசன் இவன் ஒருவனே ஆவன்.

இரண்டாம் இராஜேந்திரன் (கி.பி. 1052 – 1064)

சாளுக்கியர் போர்

ஒன்பதாண்டுகள் கழிந்தன. கொப்பத்தில் தனக்கு நேர்ந்த அவமானத்தைப் போக்கிப் கொள்ள விரும்பிய ஆஹவமல்லன், சோழ நாட்டின் வடமேற்கு எல்லையைத் தாக்கினான். அப்பொழுது இராஜேந்திரன் மகனான இராஜ மஹேந்திரன் (கி.பி. 1060-1063) சோழர் சார்பாகச் சென்று 'முடக்காறு' (கூடல் சங்கமம்) என்ற இடத்திற் போர் புரிந்து வென்றான். அவ்வமயம் இராஜேந்திரன் தம்பியான வீர ராஜேந்திரனும் போர்க் களத்தில் பங்கு கொண்டான். இராஜ மஹேந்திரன் இளவரசனாக இருந்த பொழுதே இறந்துவிட்டதால், வீர ராஜேந்திரன் இளவரசன் ஆனான்.

குடும்பத்தார் மண்டலத் தலைவர்கள்

இராஜேந்திரன் காலத்தில் அவனுடைய சிற்றப்பன் ஒருவன், தம்பியர் நால்வர், மக்கள் அறுவர், பெயரர் இருவராகப் பதின்மூவர் சோழப் பெரு நாட்டின் பல மண்டலங்களில் இருந்து ஆண்டு வந்தனர். இதனால் சோழப் பெருநாடு உருக்குலையாது பலப்பட்டிருந்தது.

வீர ராஜேந்திரன் (கி.பி. 1064–1069)

கூடல் சங்கமம்

இராஜகேசரி வீர ராஜேந்திரன் கூடல் சங்கமத்தில் ஆஹவமல்லனைப் புறங்கண்டதால் அப்பகைவன் ஒரு நாளைக் *(10.9.1067)* குறிப்பிட்டு, அங்குத் தன்னுடன் போருக்கு வருமாறு ஓலை போக்கினான். வீர ராஜேந்திரன் மகிழ்ந்து தன் பெரும் படையுடன் கூடல் சங்கமம் (கிருஷ்ணையும் துங்கபத்திரையும் கூடும் இடம்) சென்று காத்திருந்தான். ஒரு மாதம் ஆகியும் ஆஹவமல்லன் வரவில்லை. சினம் கொண்ட வீர ராஜேந்திரன் சாளுக்கிய நகரங்களை அழித்தான். ஆஹவமல்லனைப் போன்ற உருவம் ஒன்றைச் செய்து அதனை அவமானப்படுத்தினான்; துங்கபத்திரைக் கரையில் வெற்றித்தூணை நாட்டினான். ஆவஹமல்லன் ஆற்றிற் குதித்து இறந்தான்.

வேங்கை நாடு

முதலாம் இராஜேந்திரன் மகளை மணந்த இராஜராஜநரேந்திரனை மேலைச் சாளுக்கிய அரசன் துரத்திவிட்டு, வேங்கை நாட்டைத் தனக்கடங்கிய ஒருவனிடம் ஆளவிட்டான். மேற் சொன்ன கூடல் சங்கமப் போருக்குப்பின், வீரராஜேந்திரன் வேங்கை நாடு சென்றான்; புதிய அரசனைத் துரத்தினான்; இராஜராஜ நரேந்திரன் மகனான ஏழாம் விஷ்ணுவர்த்தனனிடம் நாட்டை ஒப்புவித்தான்; அவனுக்குத் தன் மகளையும் மணம் செய்வித்தான்.

ஆறாம் விக்கிரமாதித்தன்

இவன் ஆஹவமல்லனுக்கு இரண்டாம் மகன். தந்தை இறந்தவுடன் முதல் மகனான இரண்டாம் சோமேஸ்வரன் சாளுக்கிய அரசன் ஆனான்-ஆறாம் விக்கிரமாதித்தன்

தானும் சாளுக்கிய நாட்டின் ஒரு பகுதியை ஆள விரும்பிச் சோழன் உதவியை நாடினான். சோழன் அவனுக்காகக் பரிந்து படையெடுத்துச் செல்ல, இரண்டாம் சோமேஸ்வரன் அஞ்சி, சாளுக்கிய நாட்டின் தென் பகுதியை விக்கிரமாதித்தனிடம் ஒப்புவித்தான். வீர ராஜேந்திரன் அவனுக்குத் தன் பெண்ணை மணம் செய்வித்து, விக்கிரமாதித்தனை மருமகனாக ஏற்றுக்கொண்டான். வீர சோழன் இவனுடைய விருதுப் பெயர்களுள் வீர சோழன் என்பது ஒன்று. இவன் பெயர்கொண்ட ஆறு தஞ்சாவூர் ஜில்லாவிற் பாய்கின்றது. புத்தமித்திரர் என்ற புலவர் இவன் பெயரால் ஓர் இலக்கண நூல் செய்துள்ளார். அதன் பெயர் வீர சோழியம் என்பது.

அதி ராஜேந்திரன் (கி.பி. 1069-1070)

இவன் வீரராஜேந்திரன் மகன். இவன் சில மாதங்களே சோழ அரசனாக இருந்து இறந்தான்.

அடிக்குறிப்புகள்

1. கொங்கு நாடு என்பது சேலம், கோயமுத்தூர், நீலகிரி ஜில்லாக்கள் சேர்ந்த நிலப்பகுதியாகும்.
2. இத்தீவுகளை ஆளும் அரசன் தன்னைப் 'பன்னீராயிரம் தீவுகட்கு அரசன்' என்று கூறுதல் மரபு.

4. சோழ – சாளுக்கியர்

கீழைச் சாளுக்கியர்

ஏறத்தாழக் கி.பி. 7ஆம் நூற்றாண்டின் தொடக்கத்தில் இரண்டாம் புலிகேசி என்ற மேலைச் சாளுக்கிய மன்னன் கிருஷ்ணை, கோதாவரி யாறுகட்கு இடைப்பட்ட நிலத்தை வென்று, தன் தம்பியான விஷ்ணுவர்த்தனன் என்பவனை அதற்கு அரசன் ஆக்கினான். அதுமுதல் அப்புதிய (வேங்கை) நாடு கீழைச் சாளுக்கிய நாடு எனப்பட்டது. அதனை ஆண்டவர் ‘கீழைச் சாளுக்கியர்’ என்று பெயர் பெற்றனர். அம்மரபினர் பல்லவர், இராஷ்டிரகூடர் இவர்கள் காலங்களில் எல்லாம் அந்நாட்டைத் தொடர்ந்தே அரசாண்டு வந்தனர்.

சோழர்-சாளுக்கியர் உறவு

இராஜராஜன் காலத்தில் அம்மரபினர் இரு கிளைகளாகப் பிரிந்து அரசுரிமைக்குப் போரிட்டனர். அவருள் மூத்த கிளையினர் இராஜராஜனையும் இளைய கிளையினர் மேலைச் சாளுக்கியரையும் சரண் அடைந்தனர். இராஜராஜன் நினைத்ததை முடிக்கும் ஆற்றல் பெற்றவன் அல்லவா? அவன் தன்னைச் சரண் அடைந்த சக்திவர்மன் என்பவனை அரசனாக்கினான். அவனுக்குப்பின் பட்டம் பெறத்தக்க அவன் தம்பியும் இளவரசனுமான விமலா தித்தனுக்குத் தன் மகளான குந்தவை என்பாளை மணமுடித்தான். இப்புதிய உறவினால் சோழப் பெருநாட்டின் செல்வாக்குப் கோதாவரி யாறுவரை பரவியது.

சோழ-சாளுக்கியர்

சக்திவர்மனுக்குப் பிறகு விமலாதித்தன் கி.பி. 1011ல் அரசனாகி 1022 வரை அரசாண்டான். அவனுக்குக் குந்தவை

வயிற்றில் இராஜராஜ நரேந்திரன் பிறந்தான். அவன் தாய் வழியில் சோழனாகவும் தந்தை வழியில் சாளுக்கியனாகவும் இருந்தமையால் சோழ-சாளுக்கியன் எனப்பட்டான். அவன் மரபினர் இவ்வாறே 'சோழ-சாளுக்கியர்' எனப் பெயர் பெற்றனர். இராஜராஜ நரேந்திரன் கி.பி. 1022ல் முடிசூடப் பெற்றான்.

முதற் குலோத்துங்க சோழன்

முதலாம் இராஜேந்திர சோழன் தன் மகளான அம்மங்கா தேவியை இராஜராஜ நரேந்திரனுக்கு மணம் செய்வித்தான். அம்மங்கை கருப்ப முற்றுத் தன் பிறந்த அகமாகிய கங்கை கொண்ட சோழ புரம் சென்று, கி.பி. 1043ல் பூசநாளில் ஒரு மகனைப் பெற்றான். அவனுக்குப் பாட்டியார் 'இராஜேந்திரன்' என்று பாட்டன் பெயரை இட்டனர். அவனே சோழப் பெருநாட்டை ஆண்ட சோழசாளுக்கியருள் முதல் அரசன் ஆவன்.

ஏழாம் விஷ்ணுவர்த்தனன்

இராஜராஜ நரேந்திரன் கி.பி. 1062ல் காலமானான். அப்பொழுது மேலைச் சாளுக்கிய அரசனான ஆறாம் விக்கிரமாதித்தன் ஒரு படையை அனுப்பி வேங்கை நாட்டைக் கைப்பற்றினான்; தனக்கு வேண்டிய ஒருவனை அரசன் ஆக்கினான். இதனை அறிந்த வீர ராஜேந்திரன் வேங்கை நாட்டை அடைந்து, புதியவனை விரட்டித் தன் தங்கை மகனான இராஜேந்திரனை அரியணை ஏற்றினான். அவன், கீழைச் சாளுக்கிய அரச முறைப்படி ஏழாம் விஷ்ணுவர்த்தனன் என்ற பெயருடன் நாட்டை ஆளத் தொடங்கினான். வீர ராஜேந்திரன் அவனுக்குத் தன் மகளை மணம் செய்வித்தான். விஷ்ணுவர்த்தனன், தன் சிறிய தந்தையான விஜயாதித்தன் என்பவனுடன் நாட்டை ஆண்டு வந்தான்.

சோழ நாட்டிற் குழப்பம்

வீர ராஜேந்திரன் கி.பி. 1062ல் காலமானான். உடனே அவன் மகனான அதிராஜேந்திரன் பட்டம் பெற்றான். ஆயின், அவன் சில மாதங்களே அரசாண்டான். அவன் உள்நாட்டுக் கலகத்திற் கொல்லப்பட்டான். அதனால், ஏழாம் விஷ்ணு வர்த்தனன் (சோழ-சாளுக்கியன்) சோழப் பேரரசனாக முடி

சூடிக்கொண்டான்; தான் ஆண்ட கீழைச் சாளுக்கிய நாட்டைத் தன் சிற்றப்பன் ஆட்சியில் விட்டான். விஷ்ணுவர்த்தனன் முதற் குலோத்துங்க சோழன் என்ற பெயருடன் சோழ நாட்டை ஐம்பதாண்டுகள் (கி.பி. 1070-1120) அரசாண்டான். அவன் காலமுதல் சோழப் பேரரசு மறையும் வரை சோழசாளுக்கியரே சோழப் பெருநாட்டை ஆண்டு வந்தனர்.

முதற் குலோத்துங்கன் (கி.பி. 1070-1120)

போர்கள்

சோழர்-சாளுக்கியர் போர் I

வீர ராஜேந்திரனுக்கு மருமகனான ஆறாம் விக்கிர மாதித்தன், தன் சகலனான (வீர ராஜேந்திரனுக்கு மற்றொரு மருமகனான) முதற் குலோத்துங்க சோழனிடம் பொறாமை கொண்டு அவனைத் தாக்கினான். போர் துங்கபத்திரைக் கரையில் நடந்தது. சோழனுக்கு உதவியாக வந்த விக்கிரமாதித்தனுக்குத் தமையனான இரண்டாம் சோமேஸ்வரன், தன் தம்பியிடம் தோற்று நாட்டை இழந்தான். இப்போரில் சோழர்க்கு நஷ்டம் இல்லை; ஆனால் விக்கிரமாதித்தன் இரட்டபாடி முழுவதற்கும் அரசன் ஆனான்.

சோழர்-பாண்டியன் போர் I

திரிபுவன மல்ல பாண்டியன் என்பவன் விக்கிரமாதித் தனுடன் சேர்ந்து மேற்சொன்ன போரில் அவனுக்கு உதவி செய்தான். அதனால் சோழன் அவனைத் தாக்கிக் கொன்று வெற்றி பெற்றான்.

சோழர்-சாளுக்கியர் போர் II

ஆறாம் விக்கிரமாதித்தன் கி.பி. 1081ல் பெரும் படையுடன் வந்து கங்கபாடி முதலிய நாடுகளைக் கைப்பற்றிக் கோலார்வரை வந்து விட்டான். முதற் குலோத்துங்கன் வன்மை மிக்க படையுடன் சென்று சாளுக்கியனைப் பல இடங்களில் தோற்கடித்தான்; தன் நாட்டுப் பகுதிகளை மீட்டான்; அவனைத் துங்கபத்திரைக்கு அப்பால் துரத்தி அடித்தான்; ஏராளமான யானைகளையும் குதிரைகளையும் பிற பொருள்களையும் கைப்பற்றினான்; அவற்றைத் தன் வீரர்க்கே பங்கிட்டு மீண்டான்.

சோழர்-பாண்டியர் போர் II

சோழ அரசர் வடக்கே சாளுக்கியருடன் ஓயாது போர் செய்துகொண்டிருக்கையில், பாண்டிய மரபினர் பாண்டிய நாட்டைக் கைப்பற்றி ஆளத் தொடங்கினர். குலோத்துங்கன் காலத்தில் 'பஞ்ச பாண்டியர்' என்ற ஐவர் பாண்டிய நாட்டை ஐந்து பிரிவுகளாக்கி ஆண்டு வந்தனர். சோழன், சாளுக்கியர் போரை முடித்துக்கொண்டு பாண்டிய நாடு சென்றான். பஞ்ச பாண்டவர் வீணே போரிட்டு ஓடி ஒளிந்தனர். குலோத்துங்கன் அங்கங்கு வெற்றித் தூண்களை நாட்டி, மதுரையில் தன் மக்களுள் ஒருவனைப் பிரதிநிதியாக இருந்து ஆளுமாறு விடுத்து மீண்டான்.

சோழர்-சேரர் போர்

சோழன் விழிஞம்[1], கோட்டாறு[2], காந்தளூர்ச் சாலை[3] என்ற இடங்களிற் சேரனை வென்று தனக்கு அடங்கி இருக்குமாறு பணித்து, சேர நாட்டிற்காக 'நிலைப்படை' ஒன்றைக் கோட்டாற்றில் அமைத்து மீண்டான்.

தென் கலிங்கப் போர்

கீழைச் சாளுக்கிய நாட்டில் அரசப் பிரதிநிதியாக இருந்தவன் குலோத்துங்கன் மகனான விக்கிரமசோழன் ஆவன். அவன், தந்தையின் கட்டளைப்படி தென் கலிங்க அரசனான தெலுங்க வீமனை வென்று அடக்கினான்.

வட கலிங்கப் போர்

வட கலிங்கத்தை அனந்தவர்மன் என்பவன் ஆண்டு வந்தான். அவன் சோழனது பேரரசை மதிக்கவில்லை. அதனால், சோழன் தன் பெரும் படைத்தலைவனான கருணாகரத் தொண்டைமான் என்பவனை அங்கு அனுப்பினான். வட கலிங்கம் வழிவிட்டது. அனந்தவர்மன் சிறைப்பட்டான். வட கலிங்கம் சோழன் வசமானது. இப்போரைச் சிறப்பித்துக் கூறுவதே கலிங்கத்துப் பரணி என்பது. அதனைப் பாடியவர் ஜயங்கொண்டார் என்ற புலவர்.

சமய நிலை

முதற் குலோத்துங்கன் காலத்தில் சோழப் பெருநாடு வட கலிங்கம்வரை பரவி இருந்தது. அவன் தன் மக்களை

மண்டலங்களில் அரசப் பிரதிநிதிகளாக்கி அமைதியைப் பாதுகாத்து வந்தான்; சைவ சமயத்தில் அழுத்தமான பற்றுடையவன்; தில்லைப் பெருமானைத் தன் குலநாயகமாகக் கொண்டவன். அவனது தானைத் தலைவருள் ஒருவனான காலிங்கராயன் தில்லையிற் செய்த திருப்பணிகள் மிகப்பலவாகும். அவற்றுள் சிறப்பாகக் குறிக்கத்தக்கது மூவர் தேவாரத்தைச் செப்பேடுகளில் எழுதுவித்ததும், சம்பந்தர் தேவாரத்தை ஓத மண்டபம் அமைத்ததுமே ஆகும். அவன் திருவதிகையில் திருநாவுக்கரசர்க்குக் கோவில் கட்டி, அவர் பெயரால் மடம் அமைத்துத் தானம் செய்தான். குலோத்துங்கன், நாகையில் இருந்த பௌத்த விஹாரத்திற்கு விளை நிலங்களை விட்டான்; வைணவர் கோவில்களைப் பாதுகாத்தான்.

குடும்பம்

முதற் குலோத்துங்கனுக்கும் மதுராந்தகிக்கும் பிறந்த மக்கள் எழுவர். அவருள் விக்கிரம சோழன் ஒருவன்; வீர சோழன் ஒருவன். சாளுக்கிய இரண்டாம் இராஜராஜன் ஒரு மகனாவன். மனைவியர் மதுராந்தகி, ஏழிசை வல்லபி, தியாகவல்லி, பல்லவ மரபினளான கம்ப மகாதேவி முதலியோர் ஆவர். மகள் அம்மங்கைதேவி என்பவள்.

விருதுகள்

இராஜகேசரி-குலோத்துங்க சோழனுடைய விருதுப் பெயர்கள் பலவாகும். அவற்றுள் அபயன், திருநீற்றுச் சோழன், திரிபுவன சக்கரவர்த்திகள் என்பன குறிக்கத் தக்கவை. 'திரிபுவன சக்கரவர்த்திகள்' என்ற பட்டம் அவன் கால முதலே சோழ அரசர்க்கு வழங்கலாயிற்று. அவன் சிறந்த சிவபக்தன் ஆதலால் 'பெருமான் அடிகள்' எனப் பட்டான். அவன் 'சுங்கம் தவிர்த்த சோழ தேவன்' எனப் பெயர் பெற்றவன்; சுங்கம் தவிர்த்ததால் குடிமக்கள் அகக் கோவிலில் இடங்கொண்டான்.

விக்கிரம சோழன் (கி.பி. 1120–1135)

இவன் இளவரசனாக இருந்த பொழுது தென்கலிங்கம் வென்ற செய்தி முன்னரே கூறப்பட்டதன்றோ? அப்போரைத் தவிர இவன் பட்டம் ஏற்ற பின்னர்ப் போர் எதுவும் செய்ததாகத் தெரியவில்லை.

ஒட்டக் கூத்தர்

இவர் இவனது அவைக்களப் புலவராக இருந்தவர்; இவனது தென் கலிங்க வெற்றியைப் பாராட்டிப் பரணி ஒன்றைப் பாடினார். அந்நூல் இன்று கிடைக்குமாறில்லை. இவர் விக்கிரம சோழன் உலா என்று ஒரு பிரபந்தம் பாடியுள்ளார். அஃது இப்பொழுது அச்சில் வெளிவந்துள்ளது. இவர் விக்கிரம சோழனிடம் பெரு மதிப்புடையவர் என்பது உலாவினாலும் தக்க யாகப் பரணியாலும் அறியலாம்.

பஞ்சக் கொடுமை

இதுகாறும் பலருடைய ஆட்சிகளிலும் நடைபெற்ற பற்பல போர்களால் விக்கிரம சோழன் ஆட்சியில் பஞ்சம் உண்டாயிற்று. அதே சமயத்தில் ஆற்று வெள்ளத்தாலும் பஞ்சம் ஏற்பட்டது.

தில்லையில் திருத்தொண்டு

கி.பி. 1128ல் விக்கிரம சோழன் தில்லைப்பிரான் திருக்கோவில் திருப்பணிகளில் இறங்கினான். அரசர் பத்தாமாண்டு கப்பமாகக் கட்டிய தொகையைக் கொண்டு திருப்பணிகள் தொடங்கப் பெற்றன. கோவிலைச் சேர்ந்த பல மண்டபங்களும் திருச்சுற்றுகளும் கோபுரங்களும் நடன சபையும் பிறவும் அழகுற அமைக்கப்பட்டன; நடராஜர் தேர்தூய பொன்னால் செய்யப்பட்டு விலையுயர்ந்த மணிகள் பதிக்கப்பெற்றது. பூரட்டாதி, உத்தரட்டாதி நக்ஷத்திரங்களில் 'பெரும்பெயர் விழா' ஒன்று நடப்பது வழக்கம். அப்பொழுது இறைவன் உலாவர மேற்சொன்ன தேர் பயன்பட்டது. விக்கிரம சோழன் தன் பெயரால் 'விக்கிரம சோழன் திருவீதி' என ஒன்றை அமைத்தான்; அதில் பெரிய மாளிகைகளை எடுப்பித்தான்; இங்ஙனம் இப்பேரரசன் தில்லையில் செய்த திருப்பணிகள் பலவாகும்.

சுற்றுப் பிரயாணம்

விக்கிரம சோழன் தன் பெருநாட்டைச் சுற்றிப் பார்த்து அரசியல் காரியங்களைக் கவனித்து வந்தான். இவன் காலத்திலும் கங்கை கொண்ட சோழ புரமே தலைநகரமாக இருந்தது. பழையாறையான முடிகொண்ட சோழபுரத்தில் ஓர்

அரண்மனை இருந்தது. அரசன் அங்கும் தங்கியிருத்தல் உண்டு விக்கிரம சோழற்குச் சிதம்பரத்திலும் அரண்மனை இருந்தது.

குடும்பம்

இவனுக்கு முக்கோக்கிழான், தியாகபதாகை என்ற பெயர் கொண்ட மனைவியர் இருவர் இருந்தனர். இவருள், முக்கோக்கிழான் என்பவள் பட்டத்தரசி. அவள் 1127ல் இறக்க, தியாகபதாகை பட்டத்தரசி ஆயினள். இவ்விருவரைத் தவிர நேரியன் மாதேவியார் என்றொரு மனைவியும் இருந்தாள். மகன், நம் நூலின் தலைவனான இரண்டாம் குலோத்துங்கன் ஆவன்.

விருதுப் பெயர்கள்

இவனுடைய விருதுகள் பலவாகும். அவற்றுள் அகளங்கன் (களங்கம் அற்றவன்) என்பதும், தியாகசமுத்திரம் என்பதும் சிறப்பிடம் பெற்றவை.

அடிக்குறிப்புகள்

1. திருவனந்தபுரத்திற்குத் தெற்கே 10 கல் தொலைவில் கடற்கரை ஓரமாக உள்ள ஊர்.
2. குமரி முனைக்கு 10 கல் வடக்கில் உள்ள நகரம்.
3. திருவனந்தபுரத்தைச் சார்ந்தது

~

5. இரண்டாம் குலோத்துங்கன்
(கி.பி. 1133–1150)

சோழப் பெருநாடு

விக்கிரம சோழன் காலத்தில் இருந்த சோழப்பெரு நாடு அவன் மகனான இரண்டாம் குலோத்துங்கன் காலத்திலும் அழியாமல் இருந்தது. அது வடக்கே கோதாவரியையும் தெற்கே கன்னியாகுமரியையும் கிழக்கிலும் மேற்கிலும் கடலையும் எல்லையாகக் கொண்டிருந்தது; வடமேற்கில் துங்கபத்திரையை எல்லையாகப் பெற்றிருந்தது.

அரசியல்

விஜயாலயன் காலமுதல் ஏறத்தாழ 300 வருட காலம் ஒவ்வொரு சோழன் அரசாட்சிக் காலத்திலும் போர்களே நிறைந்திருந்தன அல்லவா? அந்தப் போர்த் தொல்லை இவன் காலத்தில் இல்லை! இல்லை!!

தமிழ்ப் புலவன்

இராஜகேசரி இரண்டாம் குலோத்துங்கன் ஒட்டக் கூத்தர் மாணவன். இவன் சிறந்த இலக்கண இலக்கியங்களைப் படித்த புலவன் என்பது,

“ஆடுங் கடைமணி நாவசை யாமல் அகிலமெல்லாம்
நீடுங் குடையில் தரித்த பிரானென்று நித்தநவம்
பாடும் பெருமான் கவிஒட்டக் கூத்தன் பதாம்புயத்தைச்
சூடும் குலோத்துங்க சோழனென் றேஎனைச் செப்புவரே.”

என்னும் அரிய பாட்டால் உணரலாம்.

விருதுப் பெயர்கள்

இவனுடைய விருதுப் பெயர்களுட் குறிப்பிடத்தக்கவை 'அநபாயன்', 'பேரம்பலம் பொன்வேய்ந்த பெருமாள்', 'எதிரிலி சோழன்', 'கலிகடிந்த சோழன்' என்பன.

அநபாயன்

இவன் காலத்து அமைச்சரும் பெரிய புராணம் பாடியவரும் ஆகிய சேக்கிழார் தமது நூலில் பத்து இடங்களில் இவனைக் குறித்துள்ளார்; அப் பத்து இடங்களிலும் இவனை 'அநபாயன்' என்றே குறித்துள்ளனர். இவன் காலத்திற் செய்யப் பட்ட தண்டி அலங்காரம் என்ற நூலில் இவன் எட்டு இடங்களிற் குறிக்கப்பட்டுள்ளான். அங்கெல்லாம் அநபாயன் என்பதே இவனது சிறப்புப் பெயராகக் காணப்படுகிறது. ஒட்டக் கூத்தர் பாடியுள்ள தக்கயாகப் பரணி, குலோத்துங்கன் உலா, குலோத்துங்கன் பிள்ளைத் தமிழ் என்ற மூன்று நூல்களிலும் இவன் அநபாயன் என்று பல இடங்களிற் குறிக்கப்பட்டிருக்கிறான். திருவாரூர் வடமொழிக் கல்வெட்டில் இவன் 'அநபாயன்' என்ற பெயரால் குறிக்கப்பட்டுளன்; இவனது அரசாங்கக் காரியதரிசி 'அநபாய மூவேந்த வேளான்' எனப்பட்டான். இவன் சிற்றரசருள் ஒருவன் 'அநபாய காடவராயன்' எனப்பட்டான். இவன் சிவன் கோவிலுக்கு விட்ட நிலங்கள், 'அநபாய நல்லூர்', 'அநபாய மங்கலம்' எனப் பெயரிடப்பட்டன. இவற்றால், இவன் 'அநபாயன்' என்பதைச் சிறப்புப் பெயராகக் கொண்டவன் என்பது பெறப்படும். இப்பெயர் 'அபாயம் அற்றவன்' என்னும் பொருள்படுவதாகும்.

பேரம்பலம் பொன் வேய்ந்தமை

தில்லை நடராஜர் கோவிலில் சிற்றம்பலம், பேரம்பலம் என்று இரண்டு அம்பலங்கள் உண்டு. முதற் பராந்தகன் சிற்றம்பலத்தைப் பொன்வேய்ந்தான். அவனுக்குப் பின்வந்த சோழ அரசர் தில்லைக் கோவிலைப் பல வழிகளிலும் சீர்திருத்தினர். ஆயின், எவரும் பேரம்பலத்தைப் பொன் வேய்ந்ததில்லை. எவரும் செய்யாத இத் திருப்பணியை நமது அநபாய சோழன் மேற்கொண்டான். இதனை இவன் பட்டம் பெற்ற ஏழாண்டுகட்குள்ளேயே செய்து முடித்தான். அதனால் ஒட்டக்கூத்தர் உலா இதனைக் குறித்துள்ளது. சேக்கிழார்,

“மேய இவ்வுரை கொண்டு விரும்புமாம்
சேய வன்திருப் பேரம்ப லம்செய்ய
தூய பொன்னணி சோழன்நீ டுழிபார்
ஆய சீர்அந பாயன் அரசவை.”

என்று அவையடக்கத்துள் குறித்தார். இங்ஙனம் இவன் பேரம்பலம் பொன் வேய்ந்த செய்தியைத் திருமாணிக்குழி, திருக்கோகர்ணம், திருப்புறம்பியம் கல்வெட்டுகள் உறுதிப் படுத்துகின்றன. இச்செயலால், இப்பேரரசன் ‘பேரம்பலம் பொன் வேய்ந்த பெருமாள்’ என்ற சிறப்புப் பெயர் பெற்றான்.

எதிரிலி சோழன்

‘தனக்கு எவரையும் எதிரியாகப் பெறாத சோழன்’ என்பது இதன் பொருள். சோழர்க்குக் கொடிய பகைவர்களாகிய மேலைச் சாளுக்கியர் ஓயாது பெரும் போர்கள் செய்து செய்து ஒடுங்கி விட்டனர்; பாண்டியர் பன்முறை சுயாட்சிபெற முயன்றும் பயனில்லாது ஓய்ந்துவிட்டனர். முதற் குலோத்துங்கன் செய்த பெரும் போர்களும், அவன் அடைந்த வெற்றிகளும், அரச மரபினரைக் கொண்டு மண்டலங்களை ஆளச்செய்த அருமைப்பாடும் சோழப் பெருநாட்டில் மூன்று தலைமுறை அமைதியை உண்டாக்கின என்னலாம் இதனாற்றான் விக்கிரம சோழன் ஆட்சியில் போர் இல்லை. அவன் மகனான அநபாயன் ஆட்சியிலும் போர் இல்லை. போரே இல்லை எனின், எதிரியும் இல்லை அல்லவா? அதனாற்றான் அநபாயன் தன்னை ‘எதிரிலி சோழன்’ என்று அழைத்துக்கொண்டான்.

நிகரிலி சோழன்

இதன் பொருள் ‘நிகரற்ற சோழன்’ என்பது இவன் எதனில் நிகரற்றவன்? அழுத்தமான சைவப்பற்றில் தன் முன்னோரையும் பின்னோரையும் வென்றவன்; சைவப்பற்றில் நிகரற்றவன்; பிறசமய வெறுப்பிலும் நிகரற்றவன். இவன் தில்லையில் திருச்சிதர கூடந்தன்னுள் இருந்த கோவிந்தராஜர் சிலையைத் தூக்கிக் கடலிற் போட்டுவிட்டான்; அவரது கோவிலை இடித்துவிட்டான். இதனை ஒட்டக்கூத்தர் குலோத்துங்க சோழன் உலாவிற் குறித்துள்ளார்; இச்செய்தியையே திரு ஆவடுதுறைக் கல்வெட்டு ஒன்றும் குறிக்கின்றது. எனவே, அவன் அழுத்தமான சைவப்பற்றிலும் நிகர் இல்லாதவன்; புறச்சமய வெறுப்பிலும் நிகர் இல்லாதவன் ஆவன். மேலும்,

சைவ சமயத்தின் உயிர் நாடியாகவுள்ள பெரிய புராணத்தைச் சேக்கிழாரைக் கொண்டு செய்வித்தவன் இவனே ஆவன். அத் தொண்டு உலகம் போற்றற்குரியதே ஆகும். இவனுக்கு முன் இருந்தவர் கோவில்கள் கட்டுவதிலும் பிறதிருப்பணிகள் செய்வதிலும் கவனத்தைச் செலுத்தினரே அன்றிச் சைவ சமயப் பாதுகாப்புக்குத் தேவையான-அதன் பெருமையை அறிவிக்கத் தக்க-நாயன்மார் வரலாறுகளைத் தொகுத்து ஒரு நூலாகச் செய்திலர். அதனைச் செய்த பெருமை அநபாயனைச் சேர்ந்ததே ஆகும். இம்மூன்றாம் துறையிலும் இவனை 'நிகரிலி' என்றே சொல்லலாம்.

குடும்பம்

இவனுக்கு மனைவியர் இருவர் இருந்தனர் என்பது கல்வெட்டுகளால் தெரிகிறது. பட்டத்தரசி தியாகவல்லி என்ற புவனம் முழுதுடையாள்; மற்றவள் திருக்கோவலூரை ஆண்ட மலையமான் மகளாவள். அவள் பெயர் முக்கோக்கிழான் என்பது. இவன் செல்வ மைந்தன் இரண்டாம் இராஜராஜன். இம்மைந்தன் தன் தந்தையைப்போலவே ஒட்டக் கூத்தரிடம் இலக்கண இலக்கியங்களைக் கற்றுச் சிறந்த புலவனாக விளங்கினான். அநபாயன் கங்கை கொண்ட சோழ புரத்திலிருந்தே காலம் கழித்தான்.

தில்லையில் செய்த திருப்பணி

அநபாயன் தில்லையில் இருந்த சோழர் அரண்மனையில் தங்கி இருந்து கூத்தப் பெருமானை வழிபட்டுவந்தான்; "இவன் நடராஜர் பாத தாமரையில் உள்ள அருளாகிய தேனைப் பருகும் ஈப்போன்றவன்" என்று திருவாரூர்க் கல்வெட்டுக் கூறுகின்றது. இப் பரம பக்தன் பேரம்பலத்தைப் பொன் வேய்ந்தான்; திருச்சுற்று மாளிகையைக் கட்டி முடித்தான்; எழுநிலைக் கோபுரங்களை வகுத்தான்; விமானங்களை மலைச் சிகரங்கள் என்று கூறுமாறு திருத்தி அமைத்தான்; கோவில் திருமுற்றத்தை அழகுபடுத்தினான்; மலைமகளான உமையம்மைதான் பிறந்த இமயமலையை மறந்து மகிழ்ந்து இருக்கத்தக்க நிலையில் அம்மன் கோவிலைப் பெரிதாகக் கட்டினான்; அம்மனுக்குப் பொன்னாலும் மணியாலும் தேர் ஒன்றைச் செய்தான்; கோவிலைச் சூழ இருந்த நான்கு திருவீதிகளையும் அமராவதியில் உள்ள பெருவீதிகள் கண்டு

நாணும்படி புதுக்கினான். இச்செய்திகள் அனைத்தும் ஒட்டக் கூத்தர், குலோத்துங்கன் உலாவிற் குறித்துள்ளவை ஆகும்.

வைதிகச் சைவன்

அநபாயன் வேதங்களில் வல்ல மறையவரை மதிப்பாக நடத்திவந்தான்; அவர்கட்குத் தானங்கள் பல அளித்துவந்தான்; அதனால் இவனை மறையவர் ஏத்தெடுப்பாராயினர். இவனைப்பற்றிய திருவாரூர்க் கல்வெட்டு முதலியன வடமொழியில் இருத்தலால், இவன் அவையில் வடமொழிப் புலவரும் இருந்தனர் என்பது தெரியலாம். இவன் காலத்தில் தில்லையில் கூத்தப் பெருமான் கோவில் அர்ச்சகராக இருந்தவர், தில்லை மூவாயிரவர் என்ற தில்லை வாழ் அந்தணர் ஆவர். அரசன் அவர்களை மிக்க மதிப்புடன் நடத்திவந்தான்.

பேரரசர்-சிற்றரசர் உறவு

சோழப் பெருநாட்டில் சிற்றரசர் பலர் இருந்தனர். அவர்கள் சோழப் பேரரசர்க்கு அடங்கித் தங்கள் நாடுகளை ஆண்டு வந்தனர்; அங்ஙனம் ஆளும்பொழுது தங்கள் கல்வெட்டுகளில் பேரரசனது ஆட்சி ஆண்டைக் குறிப்பிடுதல் வழக்கம். அவ்வரச மரபினருள் பலர் சோழப் பேரரசில் பல உயர்ந்த உத்யோகங்களில் இருந்து வந்தனர். அவர்களது அரசியல் திறமைக்கு ஏற்பச் சோழப் பேரரசர் படிப்படியாக உயர்ந்த பட்டங்களை வழங்கி வந்தனர். சோழப் பேரரசர் சிற்றரசரிடம் பெண் கொடுக்கல்-வாங்கல் வைத்திருந்தனர். சான்றாக, நமது அநபாயன், திருக்கோவலூரை ஆண்ட மலையமான் மகளான முக்கோக்கிழான் என்பவளை மணந்துகொண்டான் என்பது முன்பே கூறப்பட்டதன்றோ? அரிஞ்சயன் வைதும்பராயன் மகளை மணந்து உறவு கொண்டாடியதால் அல்லவா, மூன்றாம் கிருஷ்ணனால் கைப்பற்றப்பட்ட தொண்டை நாட்டை மீளப்பெற்றான்! இங்ஙனம் பேரரசர் சிற்றரசருடன் மணவுறவு கொண்டிருத்தல், பெருநாடு சிதையாமல் இருக்கச் சிறந்த வழியாகும். இதனை உணர்ந்து பெண்கொண்ட அநபாயன், அரசியல் அறிஞனே ஆவன்.

~

6. சிற்றரசர்கள்

அநபாயன் காலத்துச் சிற்றரசர்

அநபாயன் ஆண்ட பெருநாட்டில் சிற்றரசர் பலர் இருந்தனர். அவர்கள் அனைவரையும் குறிப்பதெனின் இடம் பெருகும். ஆதலின், சிறந்தவராகக் காணப்பட்ட சிலரை மட்டும் குறிப்பிடுவோம்.

1. 'செங்கேணி'த் தலைவர்

இவர்கள் தென் ஆர்க்காடு ஜில்லாவின் ஒரு பகுதியை ஆண்டுவந்தவர் ஆவர். இவர்கட்குச் 'சாம்புவ ராயர்' என்ற பட்டமும் உண்டு. அநபாயன் காலத்தில் நாலாயிரவன் அம்மையப்பன் என்பவன் சிற்றரசனாக இருந்தான். அவன் மகன், அம்மையப்பன் கண்ணுடைப் பெருமாள் என்ற விக்கிரம சோழச் சாம்புவ ராயன் வன்பவன். இச்சிற்றரச மரபினர் தங்கள் ஆண்பிள்ளைகட்குத்தம் காலத்துப் பேரரசர் பெயரை இடுதலை வழக்கமாகக் கொண்டிருந்தனர் என்பது, 'விக்கிரம சோழச் சாம்புவ ராயன்' என்பதனாலும், 'இராஜேந்திர சோழச் சாம்புவ ராயன்' என்பதனாலும் அறியப்படும். இங்ஙனம் பேரரசர் பெயரை வைப்பது, இவர்கள் பேரரசர்க்கு அடங்கியவர் என்பதும், அப்பெயர் கொண்ட பேரரசன் காலத்தவர் என்பதும், அப்பேரரசன்பால் அரச பக்தி உடையவர் என்பதும் உணர்த்த உதவி செய்வதாகும்.

2. காடவ ராயர்

இவர்கள் பல்லவ மரபினர்; ஏறத்தாழ 500 வருடகாலம் சோழரைக் கீழ்ப்படுத்தி. அவர்தம் பெருநாட்டைத் தம் பெருநாடாகக் கொண்டு பேரரசு செலுத்திய பல்லவர் வழியினர் ஆவர். இவர்கள் தென் ஆர்க்காடு ஜில்லாவில்

திருநாவலூரை அடுத்த 'சேந்தமங்கலம்' என்னும் இடத்தைத் தலைநகராகக் கொண்டு, சூழவுள்ள நிலப்பகுதியை ஆண்டுவந்தனர். இவருள் பலர் அரசியலில் 'நாடு காவல்' புரியும் உத்தியோகஸ்தராகவும் இருந்தனர். அங்ஙனம் இருந்தவருள் ஒருவனே மோஹன் ஆட்கொல்லி என்ற குலோத்துங்க சோழக் காடவராயன் என்பவன். இவன் தென் ஆர்க்காடு ஜில்லாவில் திருமாணிக்குழி முதலிய இடங்களில் நாடு காவல் செய்து வந்தவன். இவன் சிறந்த சிவபக்தன்; திருநாவலூர், திருவதிகை, திருமுதுகுன்றம் (விருத்தாசலம்) என்ற இடத்துச் சிவன் கோவில்களில் திருப்பணிகள் செய்தவன். இப் பல்லவ மரபினன் திருநாவலூரில் உள்ள சிவபிரானுக்குப் பொன் நகைகளும் வெள்ளிப் பாத்திரங்களும் வழங்கினான்; திருவதிகைப் பெருமானுக்கு வேலைப்பாடு மிக்க கழுத்தணி ஒன்றை அளித்தான்; சில குறிப்பிட்ட நிலங்களிலிருந்து வரும் வருவாயைத் திருவதிகைக் கோவிலுக்கு எழுதிவைத்தான். மூன்று தேவதான கிராமங்களில் இருந்த குறிப்பிட்ட நில வருவாயைத் திருவதிகைக் கோவிலுக்கு எழுதி வைத்தான். இவன் இவ்வறச் செயல்களை ஆறு ஆண்டுகட்குள் (கி.பி. 1140-1146) செய்தான். இவன் காலத்தில் திருவதிகைக்கோவில் மிக்க சிறப்பு பெற்று விளங்கியது. இப்பரம பக்தன் திருமுதுகுன்றம் கோவிலில் 'ஏழிசை மோஹன்' என்ற மண்டபம் ஒன்றைக் கட்டினான். அப்பெயர் இவன் கொண்ட விருதுப் பெயர்களில் ஒன்றாகும். இவன் தன் திறமையாலும் அரச பக்தியாலும் படிப்படியாகப் பல பட்டங்களைப் பெற்றுவந்தான். அப்பட்டங்களாவன:

1. கூடலூர்[1] பள்ளி ஆளப் பிறந்தான் மோஹன்.
2. குலோத்துங்க சோழக் கச்சி[2] ராயன்.
3. பைந்நாக முத்தரையன் ஆளப் பிறந்தான் அரச நாராயணன்.
4. கூடலூர் பைந்நாக முத்தரையன் ஆளப்பிறந்தான் ஏழிசை மோஹனான குலோத்துங்க சோழக் காடவராயன்.
5. ஆளப் பிறந்தான் ஏழிசை மோஹன் என்ற குலோத்துங்க சோழக் காடவர் ஆதித்தன்.

இப்பட்டங்கள் முறையே இவன் அரசியலில் பெற்றுவந்த உயர்ந்த பதவிகளைக் குறித்தனவாகும். இவன் 'ஆளப் பிறந்தான்' என்று கூறிக் கொண்டது கவனிக்கத்தக்கது. இவனும் இவனைச் சேர்ந்தவரும் பேரரசு செலுத்திய பல்லவர் மரபினர்

ஆதலின், மீண்டும் அப்பேரரசை நிலைநாட்டச் சமயம் எதிர்பார்த்திருந்தனர். இம்மரபில் வந்தவனே மூன்றாம் இராஜராஜனைச் சிறைபடுத்திச் சோழப் பெருநாட்டின் அடிப்படையைக் கலகலக்கச் செய்த கோப்பெருஞ்சிங்கன் என்பவன்.

3. பாணர்

தென் ஆர்க்காடு ஜில்லாவில் மற்றொரு பகுதியில் நாடு காவற் பணி ஆற்றி வந்தவர் பாணர் மரபினர். பாணர் என்பவர் வட ஆர்க்காடு, தென் ஆர்க்காடு, செங்கற்பட்டு, சித்தூர் ஜில்லாக்களின் ஒரு பகுதியைப் 'பாண ராஷ்டிரம்' என்ற பெயரிட்டு ஆண்டுவந்தவர் ஆவர். அநபாயன் காலத்திருந்த பாண அரசன் 'இராஜராஜ மகதை நாடாள்வான்' என்பவன். 'மகதை நாடு' என்பது 'நடு நாடு' என்பதாகும். அந்நாடு, சிதம்பரத்திற்குப் பக்கத்தில் உள்ள வெள்ளாற்றுக்கும் பாலாற்றுக்கும் இடைப்பட்ட நிலப்பரப்பு ஆகும்.

4. மலையமான்கள்

திருக்கோவலூரைச் சுற்றியுள்ள நாடு 'மலை நாடு' எனப்படும். அதனைச் சங்க கால முதலே 'காரி' முதலே சிற்றரசர் ஆண்டு வந்தனர். அநபாயன் காலத்தில் ஆண்ட மலையமான்கள் 'கோவலராயர்' (கோவலூர் அரசர்) என்றும், 'சேதிராயர்' என்றும் வழங்கப்பட்டனர். அநபாயன் காலத்தில் 'விக்கிரம சோழச் சேதிராயன்' என்பவன் மலையமானாக இருந்தான். அவன் மகன் விக்கிரம சோழக் கோவலராயன் என்பவன். கிளியூரை ஆண்டவன் குலோத்துங்க சோழச் சேதிராயன் ஆவன். கிளியூரும் மலை நாட்டைச் சேர்ந்ததே யாகும். நாயன்மார் அறுபத்து மூவருள் ஒருவராகிய மெய்ப் பொருள் நாயனார் என்பவர் இந்த மரபினரே ஆவர்.

5. முனையரையர்

இவர்கள் பல நூற்றாண்டுகளாகத் திருமுனைப்பாடி நாட்டை ஆண்டுவந்தவர். இவர்கட்குத் தலைநகரம் திருநாவலூர். இவர்கட்கு 'முனையரையர்' அல்லது 'முனையதரையர்' என்பது பட்டப் பெயர். விக்கிரம சோழன் காலத்தில் முனையதரையன் ஒருவன் சோழப் பெருநாட்டு அமைச்சனாக இருந்தான் எனின், இம்முனையரையர் மரபின் சிறப்பை என்னென்பது!

இம்மரபினருள் ஒருவரே நரசிங்க முனையரையர் என்ற நாயனாராவர்.

6. கங்கர்

கங்கர் சோழர்க்கு உட்பட்டவர். அவர் மரபினனான சீய கங்கன் என்பவன் கி.பி. 1147ல் காளத்திக் கோவிலுக்குத் தருமம் செய்துள்ளான். சீய கங்கன் பவணந்தி முனிவரைக் கொண்டு நன்னூல் செய்வித்தவன்.

7. யாதவ ராயர்

இவர்கள் காளத்தியைச் சுற்றியுள்ள நிலப்பகுதியை ஆண்டுவந்தனர். அநபாயன் காலத்தில் 'குலோத்துங்க சோழ யாதவ ராயன்' என்பவன் அரசனாக இருந்தான்.

8. தெலுங்க நாட்டுச் சிற்றரசர்

வேங்கை மண்டலத்தை மஹா மண்டலேஸ்வரன் என்ற பல்லய சோழ தேவன் என்பவன் ஆண்டு வந்தான். அதற்குத் தென்பாற்பட்ட நிலப்பகுதியை 'வெலநாண்டி குலோத்துங்க சோழ கொங்கன்' என்பவன்ஆண்டுவந்தான். இவனும் இவன் மனைவியரும் உறவினரும் பாபட்லா, காளத்தி முதலிய இடத்துக் கோவில்கட்குப் பல தானங்கள் செய்துள்ளனர். நெல்லூர்ப் பகுதியை ஆண்டு வந்தவன் 'திரிபுவன மல்ல சோழ மஹாராஜன்' என்பவன். இவனும் திருப்பணிகள் பல செய்தவனாவன்.

9. பொத்தப்பிச் சோழர்

கடப்பை ஜில்லாவில் ஒரு பகுதி பொத்தப்பி நாடு எனப் பெயர் பெற்றிருந்தது. அதனையும் அஃதுள்ளிட்ட ரேநாண்டு நாட்டையும் கி.பி. ஏழாம் நூற்றாண்டில் 'ரேநாண்டுச் சோழர்' என்பவர் ஆண்டு வந்த செய்தி இரண்டாம் அதிகாரத்திற் குறிக்கப்பட்டதன்றோ? அவர் மரபினரே இப்பொத்தப்பி நாட்டைப் பிற்காலச் சோழர் காலத்திலும் ஆண்டு வந்தனர். அநபாயன் காலத்தில், 'மதுராந்தகன்-பொத்தப்பிச் சோழ சித்தரசன்' என்பவன் பொத்தப்பி நாட்டை ஆண்டுவந்தான். இவனும் இவன் முன்னோரும் காளத்தியில் உள்ள சிவன் கோவிலுக்குப் பல தானங்கள் செய்துள்ளனர். கண்ணப்ப

நாயனார் பிறந்த உடுப்பூர், பொத்தப்பி நாட்டில் இருக்கின்றது. உடுப்பூருக்கும் காளத்திக்கும் நாற்பது கல் தொலைவாகும்.

10. நுளம்பர்

நுளம்பபாடி என்பது பல்லாரி, கர்நூல், மைசூர் வடபகுதி இவை சேர்ந்த நிலப்பகுதி ஆகும். அதனை நுளம்பப் பல்லவன் ஒருவன் அநபயனுக்கு அடங்கி ஆண்டுவந்தான்.

11. அதியமான்கள்

சேலம் ஜில்லாவில் தர்மபுரி (தகடூர்) யைத் தலைநகராகக் கொண்டு அதனைச் சுற்றியுள்ள நிலப்பகுதியை ஆண்டுவந்தவர் 'அதியமான்கள்' எனப்பட்டனர். தகடூர் அதியமான் ஔவையாரைத் தன் அவைக்களப் புலவராகக் கொண்டிருந்த சங்க கால வள்ளல். அவன் மரபினர் வழிவழியாகத் தகடூரை ஆண்டுவந்தனர். ஆதித்தன் கொங்கு நாட்டைக் கைப்பற்றியது முதல், அதியமான்கள் சோழப் பேரரசர்க்கு உட்பட்ட சிற்றரசர் ஆயினர்.

பேரரசர்-சிற்றரசர் ஒற்றுமை

இச்சிற்றரசர் அனைவரும் சமயப் பற்றில் சிறந்து விளங்கினர். இவருட் பெரும்பாலோர் சைவ சமயத்தினர். அவர்கள் திருநாவலூர், திருவதிருகை, திருமுதுகுன்றம், பாபட்லா, திருக்காளத்தி, காஞ்சிபுரம் முதலிய இடங்களில் உள்ள சிவன் கோவில்கட்குப் பல தருமங்கள் செய்துள்ளனர். பேரரசனும் சிற்றரசரும் அரசியலில் ஒற்றுமைப்பட்டு இருந்தாற் போலவே சமயப் பற்றிலும் திருப்பணிகள் செய்வதிலும் ஒற்றுமைப்பட்டே இருந்தனர் என்பது பல கல்வெட்டுகளால் அறியலாம்.

அடிக்குறிப்புகள்

1. கூடலூர் என்பது தென் ஆர்க்காடு ஜில்லாவில் உள்ள ஓரூர்.
2. கச்சி – காஞ்சிபுரம்

~

7. அமைச்சர்–சேக்கிழார்

அமைச்சர் தொழில்

'அமைச்சன்' என்ற சொல்' முதல் மந்திரி'யைக் குறிப்பது என்பது மனுதர்ம நூல் குறிப்பாகும். நீதி சுக்ரயில் 'மந்திரி' என்ற சொல்லே முதல் மந்திரியைக் குறிக்கிறது. அமைச்சர் (மந்திரி) தொழில் யாது? "அரசனுக்கு அவனது நாட்டில் உள்ள நகரங்கள், ஊர்கள், கிராமங்கள், காடுகள், நன்செய்-புன்செய் நிலங்கள், பயிரிட முடியாத நிலங்கள், நிலவரி, ஆண்டுதோறும் உண்டாகும் வரவு செலவு, காட்டுப்பாங்கான நிலங்கள், ஆண்டுதோறும் தண்டம், வரி, சுரங்கம் முதலியவற்றால் வரும் வருமானம் இவற்றை விளக்கமாகக் கூறி, இன்னின்ன காரியங்களை இன்னின்னவாறு செய்ய வேண்டும் என்று யோசனை கூறுபவனே 'அமைச்சன்' என்று காமந்தகீய நீதிநூல் கூறுகின்றது. இதே நூல், போர் அமைச்சனுக்குச் 'சசிவன்' என்று பெயர் குறிக்கின்றது. இதனால் 'அமைச்சன்' என்ற சொல் மந்திரி ஒருவனையே குறிக்கும் என்பதறியப்படும்.

அமைச்சன் இலக்கணம்

அமைச்சன் உயர்குடிப் பிறப்பும் இலக்கண இலக்கியங்களில் நல்ல புலமையும், வைத்தியம், வான சாத்திரம், சோதிடம், உளநூல், உயிர்நூல், இசை-ஓவியம்-சிற்பம்-நடனம்-நாடகம் முதலிய கலைகளில் அறிவும், நாட்டுச் சமயங்களைப் பற்றிய தெளிவும், தன்னளவில் சிறந்த ஒழுக்கமும் உடையவனாக இருத்தல் வேண்டும் என்பது நீதிநூல்கள் குறித்துள்ள விதியாகும்.

அநபாயனுக்கேற்ற அமைச்சர்

அநபாயன் சிறந்த அரசியல் அறிஞன்; தமிழ்ப் புலவன்; பழுத்த சிவபக்தன். ஆதலின், அவனிடம் அமைச்சராக இருந்து

பணியாற்றத்தக்கவர் சிவபக்தியும் நிறைந்த புலமையும் நற்குடிப் பிறப்பும் உடையவராக இருத்தல் வேண்டும் அல்லவா? இம்மூன்று தகுதிகளும் அமைச்சர்க்கேற்ற இலக்கணம் முழுவதும் ஒருங்கே வாய்க்கப் பெற்ற சேக்கிழார் என்பவர் அநபாயனிடம் அமைச்சராக இருந்தனர்.

சேக்கிழார் யாவர்?

தொண்டை மண்டலம் இராஜராஜன் கால முதல் ஜயங்கொண்ட சோழ மண்டலம் எனப் பெயர் பெற்றிருந்தது. அம்மண்டலம் பண்டைக் கால முதலே இருபத்து நான்கு கோட்டங்களாகப் பிரிக்கப்பட்டிருந்தது. அவை: 1. புழல் கோட்டம், 2. ஈக்காட்டுக் கோட்டம், 3. மணவிற் கோட்டம், 4. செங்காட்டுக் கோட்டம், 5. பையூர்க் கோட்டம், 6. எயில் கோட்டம், 7. தாமல் கோட்டம், 8. ஊற்றுக்காட்டுக் கோட்டம், 9. களத்தூர்க் கோட்டம், 10. செம்பூர்க் கோட்டம், 11. ஆம்பூர்க் கோட்டம், 12. வெண்குன்றக் கோட்டம், 13. பல் குன்றக் கோட்டம், 14. இலங்காட்டுக் கோட்டம், 15. கலியூர்க் கோட்டம், 16. செங்கரைக் கோட்டம், 17. படுவூர்க் கோட்டம், 18. கடிகூர்க் கோட்டம், 19. செந்திருக்கைக் கோட்டம், 20. குன்றவட்டான கோட்டம், 21. வேங்கடக் கோட்டம், 22. வேலூர்க் கோட்டம், 23. சேத்தூர்க் கோட்டம், 24. புலியூர்க் கோட்டம் என்பன.

இவற்றுள் இறுதியிற் சொல்லப்பட்ட புலியூர்க்கோட்டம் புலியூரைத் தலைநகராகக் கொண்ட நிலப்பிரிவாகும். புலியூர் என்பது சென்னைக்கடுத்த கோடம்பாக்கம் புகைவண்டி நிலையத்திலிருந்து அரைக்கல் தொலைவில் உள்ள ஊராகும். புலியூர்க் கோட்டம் கோடம்பாக்கம், பூவிருந்தவல்லி, கோவூர், குன்றத்தூர், திருநீர்மலை, பல்லாவரம் (பல்லவ புரம்) முதலிய ஊர்களைத் தன் அகத்தே பெற்ற நாடாகும். அநபாயனுக்கு அமைச்சராக அமைந்த சேக்கிழார், ஜயங்கொண்ட சோழ மண்டலத்துப் புலியூர்க் கோட்டத்துக் குன்றத்தூர் நாட்டுக் குன்றத்தூர் என்னும் ஊரினர் ஆவர்.

குன்றத்தூர்

'குன்றத்தூர்' என்பது 'குன்றைத் தன் அகத்தே பெற்றுள்ள ஊர்' எனப் பொருள்படும். இப்பொருளுக் கேற்பக் குன்றத்தூரில் சிறிய குன்று ஒன்று இருக்கின்றது. அதன் மீது நாயக்க மன்னர் முருகன் கோவில் ஒன்றைக் கட்டினர். சேக்கிழார் காலத்தில்

அக்குன்றின்மீது கோவில் இருந்ததாகக் கூறுதற்கில்லை. குன்றை அடுத்திருப்பது இன்று 'நத்தம்' எனப்படுகிறது. அப்பகுதியிற்றான் சேக்கிழார் கோவில் இருக்கின்றது. அக்கோவில் சேக்கிழார் வீடாக இருந்த இடமென்று கூறப்படுகிறது. கோவில் உள்ள தெருவில் சேக்கிழார் மரபினர் இன்றும் வாழ்ந்து வருகின்றனர். கோவிலை அடுத்துப் பெரிய தாமரைக்குளம் ஒன்று இருக்கின்றது. அது சேக்கிழார் தம்பியாரான பாலறாவாயர் எடுப்பித்த தாகும். 'பாலறாவாயர் குளம்' என்பது இன்று 'பல்லவ ராயர் குளம்' என மருவி வழங்குகின்றது.

சேக்கிழார் கோவிலுக்கு நேர் எதிரே பெருமாள் கோவில் ஒன்றும் அதனை அடுத்துச் சிவன் கோவில் ஒன்றும் இருக்கின்றன. இரண்டும் பழுது பட்டுக் கிடக்கின்றன; பெயரளவிற் பூசை நடந்து வருகின்றது. பெருமாள் கோவிலில் உள்ள திருமாலின் பெயர் திருவூரகப் பெருமாள் என்பது. சிவன் கோவிலில் உள்ள மூல லிங்கத்தின் பெயர் கந்தழி ஈஸ்வரர் என்பது. இவ்விரண்டு கோவில்களும் மிகவும் பழையன என்பது அக்கோவில்களில் உள்ள கல்வெட்டுகளால் அறியலாம்.

நத்தம் என்ற சிற்றூர் ஒரு நீண்ட பாதையால் திருநாகேஸ்வரம் என்னும் சிற்றூரோடு தொடர்புற்றுள்ளது. அந்நீண்ட பாதை ஏறத்தாழ அரைக்கல் நீளமுள்ளது. அதன் இரு புறங்களிலும் வயல்கள் இருக்கின்றன. இடையிடையே சில வீடுகளைக் கொண்ட தெருக்கள் காண்கின்றன. இன்று வயல்களைக் கொண்டுள்ள பகுதி சேக்கிழார் காலத்தில் குன்றத்தூர்ப் பகுதியாக இருந்து தெருக்களைக் கொண்டிருந்த இடமாகும். இன்று 'திருநாகேஸ்வரம்' என்று வழங்கும் ஊர்ப்பகுதியும் முன்னாளில் குன்றத்தூர் என்றே வழங்கிவந்தது. குன்றத்தூர், செம்பரம்பாக்கம் ஏரிப் பாய்ச்சலைப்பெற்றுச் செழிப்பாக இருந்து வருகின்ற பழம்பதி ஆகும். புலியூர்க் கோட்டம் பல நாடுகளாகப் பிரிக்கப்பட்டிருந்தது. அந்நாடுகளுள் 'குன்றத்தூர் நாடு ஒன்றாகும். அதன் தலைநகரம் குன்றத்தூர். ஆதலின் குன்றத்தூர், சேக்கிழார்க்கு முன்பே சீரும் சிறப்பும் பெற்று வந்தது என்னலாம்.

'சேக்கிழார்' குடி

அமைச்சரான சேக்கிழார், 'சேக்கிழார்' குடியைச் சேர்ந்தவர். 'சேக்கிழார் குடி' என்பது வேளாளர் குடியாகும்.

வேளாளருள் பல குடிகள் உண்டு. அவற்றுள் 'சேக்கிழார் குடி' ஒன்றாகும். 'சேக்கிழார்' என்பது 'சே+கிழார்' என விரியும்; விரிந்து, 'காளைக்கு உரியவன்' என்ற பொருளில் வேளாளனைக் குறிக்கும். 'காளையை வாகனமாகக் கொண்ட உரிமையாளன்' என்ற பொருளில் சிவனைக் குறிக்கலாம். இஃது எங்ஙன மாயினும், இக்குடி முதல்வனுக்குச் 'சேக்கிழான்' என்ற பெயர் இருந்திருத்தல் வேண்டும்; அப்பெயர் அவன் மரபினரைக் குறித்து வரல் மரபாயிற்று என்று கொள்ளலாம். இக்குடியிற் பிறந்தார்க்கு இயற்பெயர் ஒன்று இருக்கும்; அதற்கு முன் குடிப்பெயரைச் சேர்த்துச் 'சேக்கிழான்-இராம தேவன், சேக்கிழான்-பாலறாவாயன்' என வழங்குதல் பண்டை மரபாக இருந்தது. அங்ஙனம் இருந்தும், பெரிய புராணம் இயற்றிப் பெரும்புகழ் படைத்த காரணத்தால், அநபாயன் அமைச்சரது இயற்பெயர் மறைப்புண்டு, குடிப்பெயரே அவர்க்கு ('சேக்கிழார்' என) வழங்குவதாயிற்று.

பெயர்

இவரது இயற்பெயர் அருள்மொழித் தேவன் என்று சேக்கிழார் புராணம் செப்புகின்றது. இவருடையது என்று கருதத்தக்க கல்வெட்டில் இவரது இயற்பெயர் 'இராமதேவன்' என்று காணப்படுகிறது. சைவ மரபில் வந்தவர் வைணவப் பெயர் வைத்துக் கொள்ளல் பழைய காலமுதல் இருந்துவரும் வழக்கமாகும். நாயன்மார் அறுபத்து மூவருள் ஒருவரான முனையரையர் 'நரசிங்கர்' என்ற வைணவப் பெயரை வைத்திருந்தார் அல்லவா? சேக்கிழார் மரபினர் ஒருவர் முற்சொன்ன பெருமாள் பெயரால் 'திருபூரகப் பெருமாள்' என வழங்கப்பட்டார். சேக்கிழார் பெரிய புராணம் பாடிய பிறகு, அந்நூலின் வாக்கைப் பாராட்டி 'இவர் அருள்மொழித் தேவர்' (அருள்வாக்குப் பெற்ற பெரியவர்) என அறிஞர் இவரை அழைத்திருக்கலாம். அப்பெயரையே, இவருக்கு ஏறத்தாழ நூறாண்டுகட்குப் பின் வந்து, இவரது புராணம் பாடிய ஆசிரியர் இயற்பெயராகக் கருதிக் குறித்தனர் போலும்!

சேக்கிழார் குடியின் பழமை

சேக்கிழார்-இராமதேவன் வேளாளர் மரபில் சேக்கிழார் குடியிற் பிறந்தவர் என்பது இதுகாறும் சொன்னவற்றால் அறியலாம். இவர் குடி, இவருக்கு முன்னரே சிறந்து விளங்கிய

குடியாகும் என்பது கல்வெட்டுகளால் தெரிகிறது. இக்குடியினர் தொண்டை மண்டலத்தில் பிறந்து வளர்ந்தவர்; ஆயின், சோழப் பேரரசில் உயர்ந்த பதவிகள் தாங்கிச் சோழப் பெருநாட்டின் பல பகுதிகளில் இருந்து ஊழியம் செய்தவராவர். கண்டராதித்தர் (கி. பி. 949-957) காலத்தில் மணவிற்கோட்டத்து மேலப் பழுவூரைச் சேர்ந்த சேக்கிழான்-அரையன் சங்கர நாராயணன் என்பவன் அரசியல் உத்தியோகஸ்தனாக இருந்தவன். அவன் 'சோழ முத்தரையன்' என்ற பட்டம் பெற்றவன். அவனுக்குப் பின், மேலூர்க் கோட்டத்துக் காவனூரைச் சேர்ந்த சேக்கிழான் சத்திமலையன் என்பவன் 'சோழ முத்தரையன்' என்ற பட்டம் பெற்றிருந்தான். முதற் குலோத்துங்கன் காலத்தில் புரவு வரித்[1] திணைக்கணம் சேக்கிழார் என்று ஒருவன் வரிவசூல் பிரிவில் உத்தியோகஸ்தனாக இருந்தான். 'இவனது ஆணைப்படி திருக்கழுக்குன்றத்துக்கு எல்லைகள் வகுக்கப்பட்டன' என்று திருக்கழுக்குன்றம் கல்வெட்டுக் குறிக்கின்றது.

குன்றத்தூர்ச் சேக்கிழார் குடியினர்

இங்ஙனம் நமது சேக்கிழார்க்கு முன்பே சேக்கிழார் குடியினர் சோழ அரசியலில் உயர்ந்த பதவிகள் தாங்கி, அரசர்கள் நன் மதிப்புக்கு உரியவராகிப் பட்டம் பெற்று உயர்நிலையில் வாழ்ந்து வந்தனர். ஆயின், குன்றத்தூர்ச் சேக்கிழார் குடியினர் நமது சேக்கிழார் காலமுதலே அரச பதவிகளில் பங்கு கொண்டனர் என்பது புராணக் கூற்றாலும் கல்வெட்டுச் செய்திகளாலும் உறுதிப்படுகின்றது. இம்மரபினர் கல்வெட்டுகளிற் குறிக்கப்படும் பொழுதெல்லாம் தெளிவாகக் 'குன்றத்தூர்ச் சேக்கிழான்' என்ற சிறப்புத் தொடரால் குறிக்கப்பட்டுள்ளனர். எனவே, குன்றத்தூர்ச் சேக்கிழார் குடியினர் அரசியலில் உயர் பதவிகளைப் பெற வழிகாட்டியாக இருந்தவர் நமது சேக்கிழாரே ஆவர்.

சேக்கிழார் பெற்ற பட்டம்

சோழர் அரசியலில் உயர் பதவிகள் தாங்கிப் பாராட்டத் தக்க பணிகள் புரிந்தோர் தத்தம் தகுதிக்கு ஏற்றவாறு பட்டங் களைப் பெற்றனர் என்பது வரலாறு கூறும் செய்தியாகும். அப்பட்டங்களுள் மூவேந்த வேளான், காலிங்கராயன், கேரளராயன், தொண்டைமான், வாணகோவரையன், பல்லவ ராயன், இளங்கோவேள், காடவராயன், கச்சிராயன்,

விழுப்பரையன் என்பன குறிக்கத்தக்கன. இவற்றுள் ஒன்றையே அநபாயன் அமைச்சரான சேக்கிழார், அநபாயனால் அளிக்கப் பெற்றார். அஃது ‘உத்தம சோழப் பல்லவ ராயன்’ என்பது.

சேக்கிழார் சைவப் பற்று

உத்தம சோழப் பல்லவ ராயரான சேக்கிழார், கங்கை கொண்ட சோழ புரத்தில் இருந்த அநபாயனிடம் அமைச்சராக இருந்தார். இவர் அடிக்கடி தமது அமைச்சர் தொழிலுக்கேற்பப் பெருநாடு முழுவதும் சுற்றிப்பார்க்கும் வேலையில் ஈடுபட்டிருந்தார். அங்ஙனம் சுற்றிப்பார்த்து வருகையில், சிவநெறிச் செல்வராய அப்பெரியார்க்குக் கும்பகோணத்தை அடுத்த திருநாகேஸ்வரம் கோவில் மீது ஈடுபாடு உண்டாயிற்று. இன்றும் அக்கோவிலில் இவர் தாயார், தம்பிபாலறாவாயர் இவர்தம் சிலைகள் இருத்தலைக் காணலாம். இங்ஙனம் சோழ நாட்டுத் திருநாகேஸ்வரத்தில் அளப்பரிய பற்றுக் கொண்ட இவர், அதனைப் போன்றதொரு கோவிலைத் தமது குன்றத்தூரிற் கட்டி, அதற்குத் ‘திருநாகேஸ்வரம்’ என்று பெயரிட்டார். அக்கோவிலின் பெயரே பிற்காலத்தில் அஃதுள்ள இடத்திற்குப் பெயராகிவிட்டது; அது ‘தொண்டை நாட்டுத் திருநாகேஸ்வரம்’ எனப்படும். அக்கோவிலில் சேக்கிழார் உருவச்சிலைகள் இருக்கின்றன. அங்கு ஆண்டு தோறும் சேக்கிழார் விழாச் சிறப்பாகக் கொண்டாடப்பட்டு வருகின்றது. அக்கோவிலில் உள்ள 44 கல்வெட்டுகளும் சேக்கிழார்க்குப் பிற்பட்ட காலத்தனவே ஆகும்.

அடிக்குறிப்புகள்

1. புரவுவரி அரசிறை நீக்கிய ஊர்களிலிருந்து வருவதற்குரிய வரிகளுக்குக் கணக்க வைக்கம் அரசியல் பிரிவு.

~

8. திருத்தொண்டர் புராணம்

அநபாயன் புலவர் அவை

அநபாயன் சிறந்த புலவன் ஆதலின் அவன், புலவர் நடுவில் தன் ஓய்வு நேரத்தைக் கழிப்பானாயினன்; அக்காலத்தில் இருந்த இலக்கிய நூல்களை ஒவ்வொன்றாக அவையினர் படிக்கக் கேட்டு மகிழ்வானாயினன்.

அக்காலத்து நூல்கள்

சங்க கால நூல்கள் எனப்பட்ட எட்டுத் தொகை, பத்துப் பாட்டு, சிலப்பதிகாரம், மணிமேகலை, திருக்குறள் என்பவற்றையும் சங்க காலத்துக்குப் பிற்பட்ட நீதி நூல்களையும் அநபாயன் முன்னரே படித்துப் புலமை பெற்றவனாதல் வேண்டும். கி.பி. ஒன்பதாம் நூற்றாண்டில் செய்யப்பட்ட பாரத வெண்பா, பத்தாம் நூற்றாண்டில் (பிற்காலச் சோழர் காலத்தில்) செய்யப்பட்ட ஜீவக சிந்தாமணி, 11ஆம் நூற்றாண்டில் செய்யப்பட்ட இராஜராஜ விஜயம், இராஜராஜ நாடகம், ஜயங்கொண்டார் செய்த (வட) கலிங்கத்துப் பரணி, ஒட்டக்கூத்தர் செய்த (தென்) கலிங்கத்துப் பரணி முதலியவற்றைப் புலவர் படிக்கக் கேட்டு மகிழ்ந்திருக்கலாம். இவையன்றி, அக்காலத்திற் புராணங்கள் பல வழக்கில் இருந்தன. அவற்றுள் கன்னிவன புராணம் முதலியன குறிப்பிடத்தக்கன. சமயத் தொடர்பாக அப்பர், சம்பந்தர், சுந்தரர், மாணிக்க வாசகர் பாடிய திருமுறைகளும் திருமூலர் திருமந்திரமும் நம்பியாண்டார் நம்பி முதலியோர் பாடிய 11ஆம் திருமுறையும் வழக்கில் இருந்தன; பல ஆகமங்களும் சைவ சித்தாந்த சாத்திரங்களும் இருந்தன என்பது பல்லவர், சோழர் கல்வெட்டுகளால் தெரிகின்றது.

ஜீவக சிந்தாமணி

இந்நூல் பஞ்ச காவியங்களுள் ஒன்று. இது திருத்தக்க தேவர் என்ற சமண முனிவரால் செய்யப்பட்டது. இது ஜீவகன் என்ற வடநாட்டு அரசன் ஒருவனது வரலாற்றை விளக்கமாகக் கூறி இடையிடையே சமண சமயக் கருத்துகளை விளக்கிச் செல்வது; ஜீவகன் மங்கையர் எழுவரைத் தன் வீரம், யுக்தி, அநுபவம் இவற்றால் மணந்த செய்திகளைக் கூறுவது. சுருங்கக் கூறின், சிந்தாமணி, சமண சமயக் கொள்கைகளை அடிப்படையாகக் கொண்டு செய்யப்பட்ட காவியம் ஆகும்.

அநபாயனும் சிந்தாமணியும்

அச் சிந்தாமணி அநபாயனுக்கு ஏறத்தாழ ஒரு நூற்றாண்டுக்கு முன் செய்யப்பட்டது. விஜயாலயன் மரபினர் காலத்திற் சோழப் பெருநாட்டிற் செய்யப்பட்ட முதற் காவியம் அதுதான். அந்நூல், கதைப்போக்கிலும் செய்யுள் அமைப்பிலும் கற்பனையிலும் சிறந்து விளங்கியது. மேலும் அஃது ஒரு வட நாட்டு மன்னன் வரலாறு ஆதலின், தென்னாட்டு மன்னனான அநபாயன் உள்ளத்தை ஈர்த்தது என்பதில் வியப்பில்லை. மன்னவன், அதனைப் புலவர் படித்துக் காட்டக் கேட்டு மகிழ்ந்தான். நாளும் இவ்வாறு சிந்தாமணி புலவர் அவையிற்படிக்கப்பட்டது.

சேக்கிழாரும் இராஜராஜனும்

சிந்தாமணி, அநபாயன் அவையிற் படிக்கப்படுவதை ஒட்டக்கூத்தர், தண்டிப்புலவர்[1] முதலிய அவைப்புலவரும் அமைச்சரான சேக்கிழாரும் கேட்டுவந்தனர். ஒருநாள் சேக்கிழார், இளவரசனான இரண்டாம் இராஜராஜனிடம் பேசிக்கொண்டிருக்கையில் "இளவரசே, சிந்தாமணி என்பது சிறந்த காவியமே ஆகும். அதனை நானும் படித்திருக்கிறேன்.[2] எவ்வளவு சிறப்புடைய காவியமாயினும் அஃது ஒரு சமண காவியமே; ஆதலால் நமக்கு இம்மைக்கு மட்டுமே பயனுடையதாகும். அதைப் போன்ற ஒரு சைவ காவியம் இந்நாட்டில் இல்லையே! சமண-பௌத்த சமயங்களோடு போராடிச் சைவத்தைப் பலத்த எதிர்ப்புக்கிடையே அரும்பாடுபட்டு இந்நாடு முழுவதும் பரவச்செய்த அப்பர், சம்பந்தர் முதலியோர் உள்ளிட்ட நாயன்மார் அறுபத்து மூவர் வரலாறுகளை அறிவது இம்மையில் சைவம் வளர்க்கவும்,

மறுமையில் ஆன்ம அமைதி பெறவும் உதவி செய்யு மன்றோ?" என்று உருக்கமாக உரைத்தார்.

அநபாயனும் சேக்கிழாரும்

இராஜராஜன் சேக்கிழாரிடம் சிறந்த மதிப்புடையவன்; அவருடைய அரசியல் அறிவு, நிறைந்த புலமை, சிறந்த ஒழுக்கம், அழுத்தமான சைவப் பற்று இவற்றில் பெரிதும் ஈடுபட்டவன். இயல்பாகவே அவன் வழிவழிச் சைவன் ஆதலால், சேக்கிழார் உரைத்தவை அவன் மனத்தில் பசுமரத்தாணிபோலப் பதிந்தன. அதனால் அவ்விளவரசன் சேக்கிழார் கருத்தைத் தன் தந்தையிடம் தருணம் பார்த்துத் தெரிவித்தான்.

உடனே அரசன் சேக்கிழாரை வரவழைத்து, "ஐயன்மீர், அறுபத்து மூவர் வரலாறுகள் முழுவதும் கூறியருளுக" என்றான். சேக்கிழார், "அரசர் பெரும, அறுபத்து மூவரைப் பற்றிச் சுந்தரர் தமது திருத்தொண்டத் தொகையிற் சுட்டியுள்ளதும், அதனை ஓரளவு விரிவாக நம்பியாண்டார் நம்பி திருத்தொண்டர் திருவந்தாதியிற் பாடியுள்ளதும் நீவிர் அறிந்தனவே அல்லவா? இவ்விரண்டுடன் மூவர் அருளிய தேவாரமும் பிற திருமுறைகளும் ஆராயத்தக்கன. நாட்டில் நாயன்மார்க்குப் பின் வந்த பல நூல்களும் பார்க்கத் தக்கவை. யான் இவை அனைத்தையும் ஓரளவு படித்து, நாயன்மார் வரலாற்றுக் குறிப்புகளைத் தொகுத்திருக்கிறேன்; அவற்றுடன் பல ஸ்தலங்கட்குச் சென்று விசாரித்துச் சேர்த்துள்ள குறிப்புகளும் உண்டு. அவற்றை இப்பொழுது யான் அறிந்தவரை ஒருவாறு கூறுவேன்" என்று அடக்கமாகக் கூறி, நாயன்மார் வரலாற்றுக் குறிப்புகளைத் தொகுத்து ஒழுங்குபடக் கூறி முடித்தார்.

சேக்கிழார் உழைப்பு

சேக்கிழார் அமைச்சராதலின், சோழப் பெருநாடு முழுவதும் நன்றாகச் சுற்றிப் பார்க்கும் கடமை உடையவரானார். அக்கடமை அவர்க்கு மிக்கதோர் நன்மை பயந்தது. அவர் இயல்பாகவே சிறந்த புலவர்; சைவப் பற்றுடையவர்; ஆதலால் தமது உத்தியோகச் சுற்றுப் பிரயாணத்தில், பாடல் பெற்ற கோவில்களைத் தரிசித்தார்; அங்கிருந்த நாயன்மார் உருவச் சிலைகளைக் கவனித்தார்; நாயன்மார் பிறந்து வாழ்ந்து வழிபடப்பெற்ற இடங்களில் அவர்தம் வரலாறுகளை வல்லார் வாயிலாகக் கேட்டறிந்தார்; அப்பர், சம்பந்தர், சுந்தரர் செய்த

ஸ்தல யாத்திரை விவரங்களை மிக நுட்பமாக அறிந்திருந்தார். ஆதலால், அவர் ஒரு முறை தலயாத்திரை செய்தார் என்று கூறலாம்; மூவர் திருமுறைகளை அழுத்தமாகப் படித்திருந்தார். சேக்கிழார், இயல்பாகத் தமக்கிருந்த சைவப் பற்றினால் இந்த ஆராய்ச்சியில் ஈடுபட்டார்.

அரசன் வேண்டுகோள்

அரசன் புலவனாதலின், சேக்கிழார் உழைப்பை எளிதில் அறிந்துகொண்டான். சுந்தரர், நம்பி ஆகிய இருவர் கூறிய வரலாற்றுக்கும் சேக்கிழார் கூறிய வரலாற்றுக்கும் பல இடங்களில் வேறுபாடுகள், புதிய சேர்க்கைகள் முதலியன இருத்தலைக் கண்டவுடன், அவ்வேறுபாடுகளும் சேர்க்கைகளும் சேக்கிழார் உழைப்பால் உண்டானவை என்பதை உணர்ந்தான்; உணர்ந்து, நாயன்மார் வரலாறுகளைப் பெரியதோர் காவியமாகப் பாட வல்லவர் அவரே எனத் துணிந்தான்; துணிந்ததால், “அமைச்சரே, நீர் என்னிடம் கூறிவந்த நாயன்மார் வரலாறுகளை விரிவாக உலகம் போற்றத்தக்க முறையில் பெரியதோர் காவியமாகப் பாடியருளுக,” என்று வேண்டினான். சேக்கிழாரும் அதற்கு இசைந்தனர்.

தில்லையை அடைதல்

‘கோவில்’ எனச் சிறப்புப் பெயர் பெற்றதும் நாயன்மாராற் பெரிதும் பாராட்டப் பெற்றதும் சைவ சமயத்தின் வளர்ச்சிக்கு இடமாகவும் இருந்த தில்லையே நாயன்மார் வரலாறுகளை இருந்து பாடத்தக்க இடமாகும் என்று அநபாயன் கருதினன்; அதனால் சேக்கிழாரைக் கங்கை கொண்ட சோழபுரத்திலிருந்து அனுப்பினன்; அவருக்கு வேண்டிய ஆள் உதவி, பொருள் உதவிகளை அளித்தனன். சேக்கிழார் தில்லையில் இருந்த சோழர் அரண்மனையிலோ அமைச்சர் மாளிகையிலோ தங்கினார்.

‘உலகெலாம்’

சேக்கிழார் நல்லதோர் நாளில் நூல் பாடத் தொடங்கிக் கோவிலை அடைந்து, கூத்தப் பெருமான் திருமுன் நின்று, “எம்பெருமானே, பெருமை மிக்க நின் அடியார் வரலாறுகளைச் சிறுமை மிக்கயான் எங்ஙனம் பாடப்போகிறேன்! எனக்கு ‘முதல்’ தந்தருள்க” என்று உளம் உருக வேண்டி நின்றார். அவ்வமயம் ‘உலகெலாம்’ என்ற தொடர் அவர் காதுகளிற்

பட்டது. சேக்கிழார் பரவசமடைந்து, அத் தொடரையே தம் நூலுக்கு முதலாகக் கொண்டு,

"உலகெ லாமுணர்ந் தோதற் கரியவன்
நிலவு லாவிய நீர்மலி வேணியன்
அலகில் சோதியன் அம்பலத் தாடுவான்
மலர்சி லம்படி வாழ்த்தி வணங்குவாம்"

என்று கடவுள் வாழ்த்துப் பாடினார்.

புராணம் பாடுதல்

சேக்கிழார் இங்ஙனம் தொடங்கிப் பாடி வருங்கால், அவ்வப்பொழுது உண்டான வரலாற்று ஐயங்களைப் போக்க அரசியல் ஆட்களைத் தக்க இடங்கட்கு அனுப்பிக் குறிப்புகளைக் கொணரச் செய்து ஓராண்டு முயன்று, காவியத்தைப் பாடி முடித்தார்.

அநபாயன் அரசவை

அநபாயன் சிதம்பரம் வந்து சேர்ந்தான். நாட்டில் இருந்த புலவர் அனைவரும் வரவழைக்கப்பட்டனர். ஒட்டக்கூத்தர், தண்டியார் போன்ற பெரும் புலவரும் சைவ சாத்திரப் பண்டிதர்களும் வடமொழிப் புலவரும் கூடியிருந்தனர். அறிவு ஒழுக்கங்களிற் சிறந்த தில்லைவாழ் அந்தணரும் குழுமி இருந்தனர். கூத்தப் பெருமான் திருக்கோவில் மண்டபத்தில், அரசன் ஆதரவில், அறிஞர் முன்னிலையில், கூத்தப்பிரான் திருவருள் துணையால் சேக்கிழார் பெருமான் தாம் பாடி முடித்த திருத்தொண்டர் புராணத்தைக் கடவுள் வாழ்த்து முதல் இறுதிவரை வாசித்து, ஆங்காங்குப் பொருள் விரித்துக் கூறி, இலக்கண-இலக்கிய-சைவ சாத்திரப் புலவர் அனைவரும் அநபாய சோழனும் சிற்றரசரும் ஒருங்கே பாராட்ட, அரங்கேற்றம் செய்து முடித்தார். அப் பெருமான் தாம் பாடிய நூலுக்கு இட்ட பெயர் 'திருத்தொண்டர் புராணம்' என்பது. ஆயினும், அவ் வழக்கு வீழ்ந்து, பிற்காலத்தில் 'பெரிய புராணம்' என்றே வழக்குப் பெறலாயிற்று.

பாராட்டு

சிறந்த சிவபக்தனான அநபாயன் இன்பக்கடலுள் ஆழ்ந்தான்; சேக்கிழார் பெருமையை அவர் பாடிய நூலால்

தெளிந்தான்; அவரையும் அவரது அரிய புராணத்தையும் யானைமீதேற்றித்தான் அருகிருந்து கவரி வீச, நகர் வலம் செய்வித்தான்; அவருக்குத் 'தொண்டர் சீர் பரவுவார்'என்ற பட்டம் அளித்தான்; புலவரும் பிறரும் அவரை 'அருள் மொழித் தேவன்'[3] என்றும், 'மாதேவடிகள்'[4] என்றும், 'குன்றை முனி சேக்கிழார்'[5] என்றும் அழைத்துப் பாராட்டி மகிழ்ந்தனர்.

குன்றை முனி சேக்கிழார்

சிறந்த அருள்மொழிப் புலவரும் சிவபக்தருமாகிய சேக்கிழார் பெருமானை, மேலும் தனக்குக் கீழ்ப்பட்ட அமைச்சர் பதவியில் வைத்திருத்தல் அடாத செயல் என்பதை அநபாயன் உணர்ந்தான்; அவருக்கு வேண்டிய செல்வத்தை அளித்துப் பெருமை செய்து, அவரது தம்பியாரான சேக்கிழான்-பாலறாவாயர் என்பவரைத் தம் அரசியலில் அமர்த்திக்கொண்டான். சேக்கிழார் தில்லையில் இருந்த அடியார்களுடன் சைவத்தின் சிறப்பையும் இறைவன் தண்ணளித் திறனையும் பற்றிப் பேசிக் கொண்டு இறைவனை வழிபடுதலில் தமது காலத்தைக் கழித்தார்; சில காலம் சிவத்தல யாத்திரை செய்து வந்தார்; அங்ஙனம் செய்து வருங்கால் திருமழபாடியில் தங்கினார்.[6]

திருமழபாடிக் கல்வெட்டு

சேக்கிழார் திருமழபாடி மாணிக்கப் பெருமானுக்கு விளக்கெரிக்க 90 ஆடுகள் அளித்தனர். இதனை,

> "ஸ்வஸ்தி ஸ்ரீ திரிபுவன சக்கரவர்த்திகள் ஸ்ரீராஜராஜ தேவர்க்கு யாண்டு 16ல் ஐயங்கொண்ட சோழ மண்டலத்துகுலோத்துங்க சோழ வளநாட்டு-புலியூர்க் கோட்டத்துகுன்றத்தூர் நாட்டுக் குன்றத்தூர்ச் சேக்கிழான் மாதேவடிகள் இராமதேவன் என்ற உத்தம சோழப் பல்லவ ராயன் திருமழபாடி உடையார்க்குத் திருநொந்தா விளக்குக்காக அளித்த 90 ஆடுகள்......"[7]

என வரும் கல்வெட்டுச் செய்தியால் அறியலாம்.

அடிக்குறிப்புகள்

1. தமிழில் தண்டியலங்காரம் பாடியவர்.
2. இஃது உண்மை என்பதைப் பெரிய புரணத்துட் காணலாம்.

3. இது சேக்கிழார் புராணத்தில் உள்ள பெயர்.
4. இது கல்வெட்டில் உள்ளது.
5. இது சேக்கிழார் புராணத்தில் உள்ள பெயர்.
6. இது குலோத்துங்கன் மகனான இராஜராஜன் காலத்துச் செய்தியாகும்.
7. 95 of 1920. இதனால் சேக்கிழார் இரண்டாம் குலோத்துங்கற்குப் பின்னும் பல ஆண்டுகள் வாழ்ந்திருந்தார் என்பது தெரிகின்றது.

~

9. இலக்கிய வளர்ச்சி

திருத்தொண்டர் புராணம்

புராணத்தின் தேவை

ஏறக்குறையக் கி.பி. 400 முதல் 900 வரை பல்லவர் தமிழ் நாட்டிற் பேரரசராக இருந்தனர் என்பது முன் சொல்லப் பட்டதன்றோ? அக்காலத்திற்றான் கோச்செங்கட் சோழன் முதலான நாயன்மார் அறுபத்து மூவர் தோன்றிச் சைவ சமயத்தைப் பாதுகாத்து வளர்த்தனர். அக்காலத்தேதான் முதல் ஏழு திருமுறைகள் தோன்றின; அவை கோவில்களில் பாடப்பெற்றன; நாயன்மார் உருவச் சிலைகள் கோவில்களில் வைத்து வழிபடப்பட்டன. நாயன்மார் வரலாறுகளை அறிந்தால் சைவ சமயத்தைப் பேரளவு அறிந்ததுபோலாகும். இந்நோக்கம் கொண்டு எழுந்ததே திருத்தொண்டர் புராணமாகும். சைவ உலகில் தோன்றிய முதற் காவியமும் அதுவே ஆகும். சேக்கிழார்க்கு முன் நாயன்மார் வரலாறுகள் கோவையாகத் தெரிந்து கொள்ளத் தக்க வசதி இல்லாதிருந்தது. அந்தந்த நாயன்மார் பிறந்து வாழ்ந்த தலங்களில் அவரைப் பற்றிய விவரங்கள் பரவி இருந்தனவே தவிரத் தமிழ் நாடு முழுவதும் பரவ வழியில்லை.

சேக்கிழார்-ஆராய்ச்சிப் புலவர்

உத்தியோக முறையில் நாட்டைச் சுற்றிப் பார்க்க வாய்ப்புப் பெற்ற சேக்கிழார், அந்தந்தத் தலத்தில் வழக்காறு பெற்ற நாயன்மார் வரலாற்றுக் குறிப்புகளை நேரே கேட்டறிந்து தொகுத்தார்; தாமே பாடல் பெற்ற கோவில்களைச் சென்று தரிசித்தார்; அரச மரபினரான நாயன்மார் வரலாறுகளை அவ்வம் மரபினர்பால் கேட்டறிந்தார்; சான்றாக, நரசிங்க

முனையரையர் வரலாற்றை விக்கிரம சோழன் காலத்தில் அமைச்சனாக இருந்த முனையதரையனைக் கேட்டிருக்கலாம்; மெய்ப்பொருள் நாயனார் வரலாற்றைத் திருக்கோவலூரை யாண்ட சேதிராயரைக் கேட்டு அறிந்திருக்கலாம்; கழற்சிங்க நாயனார், ஐயடிகள் காடவர்கோன் நாயனார் என்ற பல்லவப் பேரரசரைப் பற்றிய குறிப்புகளை மோஹன் ஆட்கொல்லி யிடத்தும் அவனைச் சேர்ந்த பல்லவ மரபினரிடமும் கேட்டறிந் தனராகலாம்; இவ்வாறே கூற்றுவ நாயனார் வரலாற்றைத் தில்லைவாழ் அந்தணர் மூலமாகவும், கண்ணப்பரைப் பற்றிய பல குறிப்புகளைப் பொத்தப்பிச் சோழர் மூலமாகவும், கோச்செங்கணான், புகழ்ச் சோழர் முதலிய இடைக்காலச் சோழர் வரலாறுகளைச் சோழ மன்னன் வாயிலாகவும் கேட்டறிந்தனர் போலும்! முன்னூல்களில் காணப்படாத புதிய செய்திகள் பல திருத்தொண்டர் புராணத்திற் காணப்படலால், சேக்கிழார், அவற்றை இங்ஙனம் தக்கார் வாயிலாகக் கேட்டுத்தான் தெரிந்திருத்தல் வேண்டும் என்பது தெரிகிறது.

சேக்கிழார் பொறுப்புணர்ச்சி

சேக்கிழார் இந்த அளவு பாடுபட்டதேன்? அவர் சோழப் பெருநாட்டின் அமைச்சர்; சிறந்த அறிவியல் புலவர்; பலகலை விற்பன்னர்; பொறுப்புணர்ச்சி உடையவர்; ஆதலின், செயற்கரிய தொண்டு செய்து மறைந்த நாயன்மார் வரலாறுகளைத் தம் மனம் போனவாறு எழுத அவர் மனம் துணியவில்லை. சோழர், பாண்டியர், சேரர், முனையதரையர், சேதிராயர், கொடும்பாளூர் வேளிர், பல்லவர் இவர்தம் முன்னோர் நாயன்மாராக இருந்து மறைந்தவர்கள். அவர்களைப் பற்றிய குறிப்புகள் அவ்வம் மரபினரிடமே வாழையடி வாழையாக வழங்கப் பெற்றிருக்கும். ஆதலின், அவற்றை அவர்களைக் கேட்டுத் தொகுத்தலே நேர்மையான முறை என்பதை அறிந்த சேக்கிழார், அங்ஙனமே செய்தார். இஃது ஓர் ஆராய்ச்சிப் புலவரிடம் காணத்தக்க சிறப்பியல்பாகும். நாயன்மார் சிலர் சம்பந்தமான கல்வெட்டுகளையும் சேக்கிழார் படித்தார்; பௌத்த-சமண சம்பந்தமான செய்திகள் பலவற்றை நூல்கள் வாயிலாகவும், தம் காலத்திருந்த பௌத்த-சமணப் பெரியார்களிடமும் கேட்டறிந்தார். அவர் காலத்தில் நாகையில் சூடாமணி விஹாரத்திற் சிறந்த பௌத்தர்கள் இருந்தார்கள்; காஞ்சியை அடுத்த திருப்பருத்திக்குன்றம் என்ற சமண

காஞ்சியில் சமண முனிவர் பலர் இருந்தனர். அமைச்சராகிய சேக்கிழார் அவர்களைக் கண்டு அளவளாவியிருத்தல் இயல்பேயாகும். இங்ஙனம் பல திறப்பட்டாரிடமும் தமக்கு வேண்டிய குறிப்புகளைத் தொகுத்துப் பாடினமையாற்றான், சேக்கிழார் பாடிய திருத்தொண்டர் புராணம் அக்காலத்தறிஞர் உள்ளத்தை ஈர்த்தது.

பெருங்காவியம் எது?

பெருங்காவியத்தில் ஒப்பற்ற தலைவன் ஒருவன், அவன் மனைவியர் இவர்தம் வரலாறு-அறம், பொருள், இன்பம், வீடு என்ற நான்கு பேறுகள்-மலை, கடல், நாடு, நகரம், பிள்ளைப் பருவ வளர்ச்சி, பெரும்பொழுதுகள், சிறு பொழுதுகள் முதலியன பேசப்பட்டிருத்தல் வேண்டும் என்பது விதியாகும்.

பெரிய புராணம்-பெருங்காவியமே

பெரிய புராணம் சுந்தரரைப் பாட்டுடைத் தலைவராகக் கொண்டது. அவர் மனைவியர் பரவையார், சங்கிலியார் என்பவர். சுந்தரர் வரலாறு நூலின் முதல்-இடை-கடைகளில் வைக்கப்பட்டும், இடையிடையே அவராற் சுட்டப்பட்ட நாயன்மார் வரலாறுகள் கூறப்பட்டும் நூல் பெருங்காப்பிய முறையிற் செய்யப்பட்டுள்ளது. நூலில் பதினொரு சருக்கங்கள் உள்ளன. ஒவ்வொரு சருக்கத்தின் இறுதிச் செய்யுளும் சுந்தரர் வரலாற்றைச் சங்கிலித் தொடர் போல இணைத்துச் செல்கின்றது. பெருங்காப்பியத்து இலக்கணங்கள் யாவும் நூல் முழுவதும் செறிந்து கிடக்கின்றன. இந்நூல் 4253 பாக்களைக் கொண்டது.

காவியத்தின் சிறப்பியல்புகள்

பெரிய புராண ஆசிரியரான சேக்கிழார் சங்க நூற்களைப் பழுதறப் படித்த பெரும் புலவர் ஆதலால், அவற்றிற் காணப்பட்ட உயரிய கருத்துகளையும் தொடர்களையும் தமது நூலிற் கையாண்டிருக்கின்றனர்; திருக்குறட் கருத்துகளை எழுபதுக்கு மேற்பட்ட இடங்களில் நுழைத்திருக்கின்றனர்; ஜீவக சிந்தாமணியின் கருத்துகளையும் தொடர்களையும் பல இடங்களில் அமைத்திருக்கின்றனர்; விக்கிரம சோழன் காலத்திற் செய்யப்பட்டதாகக் கருதப்படும். ‘தில்லை உலா’ என்னும் சிறிய நூற் கருத்துகளைச் சிறுத்தொண்டர், கோட்புலி நாயனார்

புராணங்களில் வைத்துள்ளார்; சிறந்த பழைய இலக்கணமாகிய தொல்காப்பியத்தை நுட்பமாகப் படித்து அதன் இலக்கணக் குறிப்புகளை இடமறிந்து பயன்படுத்தியுள்ளார்; இறையனார் களவியல் உரைக் கருத்துகள் சிலவற்றைத் தடுத்தாட்கொண்ட புராணத்திற் கூறியுள்ளார்.

சேக்கிழார், மூவர் திருப்பதிகங்களைப் படித்தவாறு வேறு எவரும் படித்திலர் என்று உறுதியாகக் கூறலாம். அவர், அப்பெருமக்கள் அருளிய பாடல்களைத் தம் காவியத்தில் பல முறைகளில் அமைத்துச் செல்கின்றனர்; சில இடங்களில் பதிக முதற்குறிப்பை மட்டும் கூறுவர்; சில இடங்களில் பதிகத்தின் முதலும் ஈறும் காட்டுவர்; சில பாக்களில் பதிகத்தின் தொடர்களை நுழைப்பர்; சில செய்யுட்களில் பதிகக் கருத்தை மட்டும் அறிவிப்பர்; சில பாக்களில் பதிகத் தொடர்க்கு அல்லது சொல்லுக்கு விரிவுரை கூறுவர்; சில பதிகங்களைப் பற்றிச் சொல்லும் பாக்களை அப்பதிகச் சந்தத்திலேயே அமைப்பர். சான்றாக,

"கொத்தார்மலர்க் குழலாளொரு கூறாய் அடியவர்பால்
மெய்த்தாயினும் இனியானை அவ்வியன்நாவலர் பெருமான்
'பித்தாபிறை சூடீ' எனப் பெரிதாந்திருப் பதிகம்
இத்தா ரணி முதலாம்உல கெல்லாம்உய எடுத்தார்."

என வரும் செய்யுளைக் காண்க.

வான நூல் - உள நூல் - நில நூல் மருத்துவக்கலை சிற்பக்கலை -ஓவியக்கலை இசைக்கலை - நடனக்கலை முதலிய அறிவியல் கலைகளில் சேக்கிழார் சிறந்து விளங்கினார் என்பதற்குப் பல சான்றுகள் அவர் நூலிற் காணலாம்.

பன்னிரண்டாம் திருமுறை

தேவாரம், திருவாசகம், திருமந்திரம் முதலிய திருமுறைகளையும் இவை ஒழிந்த தம் காலத்திருந்த சைவ சித்தாந்த சாத்திரங்களையும்[1] சேக்கிழார் நன்கு கற்று அவற்றின் உயரிய கருத்துகளைத் தமது நூலிற் பல இடங்களிற் பொழிந்து வைத்துள்ளார். பிற்காலத்துத் தோன்றிய மெய்கண்டார் முதலியவர் செய்த சிவஞானபோதம் முதலிய பதினான்கு சாத்திரங்கட்கும் பதினொரு திருமுறைகளுடன் பெரிய புராணமும் மூல நூலாக அமைந்தது என்னல் தவறாகாது. இத்தகைய சிறப்பியல்புகளை நோக்கியே நம் முன்னோர் பெரிய

புராணத்தைப் புராண வகையிற் சேர்க்காது, பன்னிரண்டாம் திருமுறை என்று அழைக்கலாயினர்.

ஒப்புயர்வற்ற சிறப்பு

சங்க காலத்துத் தமிழ்க் காவியங்கள் சிலப்பதிகாரம், மணிமேகலை என்பன. அவை, தமிழ் நாட்டிற் பிறந்து வளர்ந்து மறைந்த கண்ணகி, மணிமேகலை என்பவர் வரலாறுகளைக் கூறுவன. ஆவை இரண்டும் முறையே சமண-பௌத்த காவியங்கள் ஆகும். சங்க காலத்திற்குப் பிறகு ஏறத்தாழ 600 ஆண்டுகள் கழித்துச் செய்யப்பட்டது சிந்தாமணி என்னும் சமண காவியம். அது வடநாட்டு நிகழ்ச்சிகளைத் தமிழ் மொழியிற் கூறும் காவியமாகும். சேக்கிழார் செய்த பெரிய புராணமோ எனின், சைவ சமய காவியம் ஆகும். அதிற் கூறப்பெற்ற நாயன்மார் அனைவரும் தமிழ் நாட்டவர்; அவர்கள் தமிழ் நாட்டில் சைவத் தொண்டாற்றித் தமிழ் நாட்டில் வாழ்ந்து மறைந்தவர். அவர்கள் வரலாறுகளைத் தன் அகத்தே பெற்ற முதற் சைவ காவியம் பெரிய புராணமே ஆகும். இதற்குப் பின்னரே கந்தபுராணம், திருவிளையாடற் புராணம் முதலியன தோன்றலாயின. எனவே, சைவ முதற் காவியம் தன் காலத்திற் செய்யப் பேறு பெற்ற அநபாய சோழனை நாம் எவ்வாறு ஏத்தி வாழ்த்துவோம்! ‘மனம் போல வாழ்வு’ என்ற பொன்மொழிக்கேற்ப-சிவப் பழமான அவனுக்குச் சிவப் பழமான அமைச்சர் கிடைத்தார்; அவர் செய்த நூலும் சிவப்பழமே. சுருங்கக் கூறின், பிற்காலச் சோழர் காலத்தில் (கி.பி. 850-1300) பெரிய புராணத்திற்கு ஈடான தமிழ் நாட்டுக் காவியம் தோன்றியது இல்லை என்னலாம். இப்பெருநூலைத் தன் ஆட்சிக்காலத்திற் பெற்றதாலன்றோ, சைவ உலகிலும் இலக்கிய உலகிலும் அநபாயன் பெயர் பொன்னெழுத்துகளிற் பொலிவுற்றுத் திகழ்கின்றது.

ஒட்டக்கூத்தர் நூல்கள்

குலோத்துங்க சோழன் உலா

அநபாயன் ஆசிரியராகிய ஒட்டக்கூத்தர் அவன் மீது உலா ஒன்றும் பிள்ளைத் தமிழ் ஒன்றுமாக இரண்டு நூல்களைப் பாடியுள்ளார் என்பது முன்னரே கூறப்பட்டதன்றோ?

'உலா' என்பது, பாட்டுடைத் தலைவன் (இறைவன் அரசன் - வள்ளல் முதலியோருள் ஒருவன்) உலாவருதற் சிறப்பும், அதனைக் காணும் பேதை, பெதும்மை, மங்கை, மடந்தை, அரிவை, தெரிவை, பேரிளம்பெண் என்னும் ஏழு பருவ மடந்தையரும் அவன் மீது அன்பு பாராட்டலும் கூறிச்செல்லும் சிறிய நூலாகும். நாம் எடுத்துக்கொண்ட உலா நூலுக்கு அநபாயனே பாட்டுடைத் தலைவன். இவ்வுலா நூல் 770 அடிகளைக் கொண்டது. முதற் பகுதியில் மநுநீதிச் சோழன் முதலாக இருந்த சங்க காலச் சோழர், கோச்செங்கணான் முதலான இடைக்காலச் சோழர், ஆதித்தன் முதலான பிற்காலச் சோழர் பெயர்களும் அவர்களைப் பற்றிய குறிப்புகளும் கூறப்பட்டுள்ளன. கூறி,

"விரும்பரணில் வெங்களத்தீ வேட்டுக் கலிங்கப்
பெரும்பரணி கொண்ட பெருமான்[2]-தரும்புதல்வன்
கொற்றக் குலோத்துங்க சோழன் குவலயங்கள்
முற்றப் புரக்கும் முகில்வண்ணன்"

என்று அநபாயனைக் குறிப்பிட்டு, அவன் செயல்களைக் குறிக்கும் இடத்தில்,

"............. மாதரில்
ஒக்க அபிடேகம் செய்யும் உரிமைக்கண்
தக்க தலைமைத் தனித்தேவி-மிக்க
புவன முழுதுடைய பொற்றொடியும்[3] தானும்
அவனிசுரர் சுருதி ஆர்ப்ப-நவநிதிதூய்
எத்தற்(கு) அருங்கடவுள் எல்லையில் ஆனந்தக்
கூத்தைக் களிகூரக் கும்பிட்டு......."

என்று, அநபாயன் தன் கோப்பெருந்தேவியான புவன முழுதுடையாளுடன் இருந்து தில்லைக் கூத்தப் பெருமானைத் தரிசித்த சிறப்பு விளக்கப்பட்டுள்ளது. இதனை அடுத்து அநபாயன் தில்லையிற் செய்த திருப்பணிகள் தெளிவாகக் குறிக்கப்பட்டுள்ளன. பிறகு கங்காபுரி என்ற கங்கை கொண்ட சோழ புரத்தில் தன்னைக் காணவந்த சிற்றரசர், உத்யோகஸ்தர் இவர்களுடன் பெருமான் தன்னை அலங்கரித்துக்கொண்டு பவனி சென்றான் என்பது அழகாக இனிய-எளிய செந்தமிழ் நடையில் பாடப்பட்டுள்ளது. இந்நூலில், சோழப் பேரரசனைக் குறிக்க அநபாயன், அபயன், சென்னி, செம்பியன், குலோத்துங்கன் என்னும் பெயர்கள் ஆளப்பட்டுள்ளன.

குலோத்துங்கன் பிள்ளைத் தமிழ்

பிள்ளைத் தமிழ் இலக்கணம்

பிள்ளைத் தமிழ் என்பது தேவரையும் மக்களுட் சிறந்தாரையும் பாட்டுடைத் தலைவராகக் கொண்டு, அவர்களுடைய பிள்ளைப்பருவ நிகழ்ச்சிகளைப் பற்றிப் பாடப்படும் நூலாகும். இஃது (1) ஆண்பால் பிள்ளைத் தமிழ், (2) பெண்பால் பிள்ளைத் தமிழ் என இருவகைப்படும்.

ஆண்பால் பிள்ளைத் தமிழ் - (1) காப்புப் பருவம், (2) செங்கீரைப் பருவம், (3) தாலப் பருவம், (4) சப்பாணிப் பருவம், (5) முத்தப் பருவம், (6) வருகைப் பருவம், (7) அம்புலிப் பருவம், (8) சிற்றில் பருவம், (9) சிறுபறைப் பருவம், (10) சிறுதேர்ப் பருவம் எனப் பத்துப் பருவங்களை உடையது.

இப்பத்துப் பருவங்களில் ஈற்றில் உள்ள மூன்று பருவங்கட்குப் பதிலாகக் (8) கழங்குப் பருவம், (9) அம்மானைப் பருவம், (10) ஊசற் பருவம் என்னும் மூன்றைச் சேர்த்துக் கூறுவது பெண்பால் பிள்ளைத் தமிழ் ஆகும்.

குலோத்துங்கன் பிள்ளைத் தமிழ்

குலோத்துங்கன் பிள்ளைத் தமிழ் ஆண்பாலுக்குரிய பத்துப் பருவங்களைக் கொண்ட நூலாகும். ஒவ்வொரு பருவத்திலும் பத்துப் பாடல்கள் உள்ளன. குழந்தையாகிய குலோத்துங்கனைக் காக்கக் கடவுளரை வேண்டுதல் காப்புப் பருவமாகும். அக்குழந்தை ஒரு காலை மடக்கி ஒரு காலை நீட்டி இருகைகளையும் நிலத்தில் ஊன்றிக்கொண்டு தலை நிமிர்ந்து முகம் அசைய ஆடுதல் செங்கீரைப் பருவம் ஆகும். இஃது ஐந்தாம் மாத நிகழ்ச்சியாகும். இவ்வாறு குறிப்பிட்ட மாதங்களில் நிகழும் குழந்தைப் பருவ மாறுதல்களை உளங்கொண்டு பருவங்கள் வகுக்கப்பட்டுள்ளன.

இந் நூலில் குலோத்துங்கனுடைய செங்கோற் சிறப்பு, அரச பரம்பரை, சைவப் பற்று, சிவப் பணிகள், செந்தமிழ்ப் புலமை, வீரம், கொடை, ஆண்மை முதலிய நற்பண்புகள் விளக்கப்பட்டுள்ளன. செய்யுட்கள் ஆற்று ஒழுக்கைப் போலச் செம்பாகமாக அமைந்தவை.

பிள்ளைத்தமிழ் பெற்ற அரசனும் அமைச்சரும்

அநபாய சோழன் ஒட்டக்கூத்தரிடமிருந்து தனக்குப் பிள்ளைத் தமிழ் பெற்றவன். அவனைப் போலவே அவனது அமைச்சரான சேக்கிழார் பெருமானும் மஹா வித்வான் மீனாக்ஷிசுந்தரம் பிள்ளை அவர்களிடமிருந்து தமக்குப் பிள்ளைத் தமிழ் பெற்றவர் ஆவர். அது சேக்கிழார் பிள்ளைத் தமிழ் எனப்படும். இங்ஙனம் பிள்ளைத் தமிழ் பெற்ற அரசனும் அமைச்சனும் தென்னிந்திய வரலாற்றில் இல்லை! இல்லை!!

தண்டி அலங்காரம்

அலங்கார நூல்

அலங்காரம் அல்லது அணி என்பது-எழுத்து, சொல், பொருள், யாப்பு, அணி என்னும் ஐவகை இலக்கணங்களுள் ஒன்றாகும். தொல்காப்பியர் முதலிய தொன்னூற் புலவர் உவமை, உருவகம் இவற்றையே சிறப்பாகக் கொண்டனர்; பிற அணி வகைகள் எல்லாம் இவற்றில் அடங்கும் என்று கருதினர். ஆயின், சங்க காலத்திற்குப் பிறகு வடநூற் கல்வி தமிழகத்தில் மிகுதிப்பட்டது. அதனால், வடமொழியில் உள்ள அலங்கார நூல்கள் தமிழ் நாட்டிற் பரவலாயின.

தண்டி அலங்காரம்

இராஜ சிம்ம பல்லவன் காலத்தில் (கி.பி. 685-720) அவனது அவைப் புலவனாக இருந்த தண்டி என்ற வடமொழிப் புலவன் 'காவ்யாதர்ஸம் என்ற வடமொழி அலங்கார நூலைச் செய்தான்.' சிந்தாமணி போன்ற வடமொழி நூல்கள் தமிழில் மொழிபெயர்க்கப்பட்ட பிற்காலச் சோழர் காலத்தில், தண்டி (செய்த) அலங்கார நூலான காவ்யாதர்ஸமும் மொழி பெயர்க்கப்பட்டது. அங்ஙனம் மொழி பெயர்க்கையில் சில கருத்துகள் புதியனவாகச் சேர்க்கப்பட்டன.

இதன் காலம்

இதனைச் செய்தவரே உரை வகுத்தனரோ, அல்லது இருவரும் வேறு வேறானவரோ, திட்டமாகக் கூறுவதற்கில்லை. இந்நூல் முன்னூல்களிற் குறிக்கப்படவில்லை; உரை வகுத்தவர் இன்னவர் என்பது தெரியவில்லை. தண்டி அடிகள் நாயனார்

என்ற பெயர் சுந்தரர் பாடலிற் காணப்படலால், 'தண்டி' என்ற பெயரைத் தமிழ் நாட்டவர் கொண்டிருந்தனர் என்பது தெளிவு. ஆதலின், 'தண்டி' என்ற தமிழ்ப்புலவரே இந்த அலங்கார நூலைச் செய்தவர் எனக் கொள்ளலாம். உதாரணச் செய்யுட்களில் எட்டு, அநபாயனைப் பற்றிப் பேசுகின்றன; அவனுடைய கொடை, வீரம், தண்ணளி முதலியவற்றைப் பாராட்டி, அவனது அரண்மனையான 'கங்காபுர மாளிகை'யையும் குறிப்பிட்டுள்ளன. இவற்றை நோக்கி, இவ்வுரையின் காலம் நமது அநபாயன் காலம் என்னலாம். அஃதாயின், இப்பேரரசன் ஆட்சிக்காலத்தில் சிறந்த உரையாசிரியர்களும் வாழ்ந்திருந்தனர் எனக் கொள்ளலாம்.

அடிக்குறிப்புகள்

1. இவை கி.பி. 7ஆம் நூற்றாண்டிலேயே தமிழகத்தில் இருந்தன என்பது, காஞ்சி கயிலாசநாதர் கோவில் கல்வெட்டுகளால் அறியலாம்.
2. விக்கிரம சோழன்.
3. பட்டத்தரசி புவன முழுதுடையாள்.

~

10. அரசியல்

சோழப் பெருநாடு

சோழப் பெருநாடு வடக்கே கோதாவரியையும் தெற்கே கன்னியாகுமரியையும் கிழக்கே வங்கக் கடலையும் மேற்கே அரபிக் கடலையும் வடமேற்கில் துங்கபத்திரையையும் எல்லைகளாகப் பெற்ற அகன்ற நிலப்பகுதியாகும்.

பெருநாட்டின் உட்பிரிவுகள்

அநபாயனது ஆணையின்கீழ் இருந்த சோழப் பெருநாடு பல மண்டலங்களாகப் பிரிக்கப்பட்டிருந்தது. அவற்றுள் சோழ மண்டலம், ஐயங்கொண்ட சோழ மண்டலம் (தொண்டை நாடு), இராஜராஜப் பாண்டி மண்டலம், மும்முடி சோழ மண்டலம், வேங்கை மண்டலம், மலை மண்டலம், அதிராஜ மண்டலம் என்பன சிறந்தவை. இவற்றுள், வேங்கை மண்டலம் என்பது முன்பே விளக்கப்பட்டுள்ளது. ஐயங்கொண்ட சோழ மண்டலம், தொண்டை மண்டலமே என்பது தெரிந்ததே. அது தென் ஆர்க்காடு, வட ஆர்க்காடு, செங்கற்பட்டு, சித்தூர் ஜில்லாக்களைத் தன்அகத்தே பெற்ற நாடாகும். சோழ மண்டலம் என்பது தஞ்சாவூர், திருச்சிராப்பள்ளி ஜில்லாக்களைக் கொண்டது. இராஜராஜப் பாண்டி மண்டலம் என்பது பாண்டிய நாடாகும். மலை மண்டலம் என்பது சேர நாடாகும். இது திருவாங்கூர், கொச்சிச் சம்ஸ்தானங்களையும் மலையாள ஜில்லாவையும் பெற்றிருந்த நாடு. அதிராஜ மண்டலம் என்பது சேலம், கோயமுத்தூர் ஜில்லாக்களைக் கொண்ட கொங்கு நாடாகும். மும்முடி சோழ மண்டலம் என்பது இலங்கையாகும்.

மண்டலத்தின் உட்பிரிவுகள்

ஒவ்வொரு மண்டலமும் பல வளநாடுகளாகப் பிரிக்கப்பட்டு இருந்தது. இது பெரும்பாலும் இரண்டு ஆறுகட்கு இடைப்பட்ட நிலப்பகுதியாகும். சான்றாக, 'சோழ மண்டலத்து உய்யக்கொண்டான் வளநாடு' என்பது, அரிசில் ஆற்றுக்கும் காவிரியாற்றுக்கும் இடையில் உள்ள நிலப்பரப்பாகும். இராஜராஜ சோழன் தன் பெரு நாட்டை அளந்து மண்டலங்களையும் வளநாடுகளையும் பிரித்த பொழுது அவற்றுக்குத் தன் விருதுப்பெயர்களை இட்டான். அநபாயனது பாட்டனான முதற் குலோத்துங்கன் இராஜராஜனைப் பின்பற்றி நிலம் அளக்கச் செய்தான்; வளநாடுகட்கு இருந்த பழைய பெயர்களை நீக்கித் தன் விருதுப் பெயர்களை வழங்கினான்.

வளநாட்டின் உட்பிரிவுகள்

ஒவ்வொரு வளநாடும் பல நாடுகளாகப் பகுக்கப்பட்டிருந்தது. சில இடங்களில் 'நாடு' என்பது 'கூற்றம்' எனவும் வழங்கி வந்தது. ஒவ்வொரு நாடும் சில தனியூர்களாகவும் பல சதுர்வேதி மங்கலங்களாகவும் பிரிக்கப்பட்டிருந்தது. ஒவ்வொரு சதுர்வேதி மங்கலமும் சில சிற்றூர்களைத் தன் அகத்தே கொண்டிருந்தது. தொண்டை மண்டலம் மட்டும் இருபத்து நான்கு கோட்டங்களாகப் (பழைய கால முறைப்படியே) பிரிக்கப்பட்டிருந்தது. அக்காலத்தில் ஓர் ஊரைக் குறிப்பதாயின் மண்டலம்-வளநாடு-நாடு-ஊர் என்ற முறையில் குறிக்கப்பட்டு வந்தது. சான்றாக இதனைக் காண்க:

"ஜயங்கொண்ட சோழ மண்டலத்து-குலோத்துங்க சோழ வளநாட்டு-புலியூர்க் கோட்டத்துக் குன்றத்தூர் நாட்டுகுன்றத்தூர்.

அரசன்-இளவரசன்

இவ்வாறு மண்டலங்களாகவும் வளநாடுகளாகவும் வகுக்கப்பட்டிருந்த சோழப் பெருநாட்டிற்கு சோழப் பேரரசனே தனித்தலைவன் ஆவன். அரசியலில் தலைமை தாங்கி நாட்டு இன்ப துன்பங்கட்குப் பொறுப்பிடையவனாய்ச் செங்கோல் செலுத்தும் உரிமை பேரரசனுக்கே உண்டு. பேரரசன் தனது முதுமையில் தன் மகனுக்கு இளவரசுப் பட்டம் சூட்டி அவனை அரசியற் பயிற்சியில் தேற வைத்தல் மரபாகும். அம்மரபுப்படி

இரண்டாம் குலோத்துங்கன் தன் தந்தையான விக்கிரம சோழன் காலத்தில் இளவரசனாக இருந்தான். இவன் தனது முதுமையில்தன் ஆட்சி முடிவிற்கு நான்காண்டுகட்கு முன்னரே தன் செல்வ மைந்தனான இரண்டாம் இராஜராஜனை இளவரசனாக்கி, அவனிடம் அரசியலை ஒப்புவித்தான். அன்று முதல் (கி.பி. 1146) இராஜராஜன் ஆட்சித் தொடக்கம் என்பது பொருளாகும்.

அமைச்சர்

அமைச்சருடைய கடமைகள் இன்னவை என்பது மேலே குறிக்கப்பட்டது அன்றோ? அநபாயன் காலத்தில் அமைச்சராக இருந்தவர் சேக்கிழார் என்ற செந்தமிழ்ப் புலவர் ஆவர்.

உடன் கூட்டம்

அரசியலின் பல பிரிவுகட்கும் தனித்தனித் தலைவன் உண்டு. அத்தலைவர்களது கூட்டமே ‘உடன் கூட்டம்’ எனப்படும். அரசன், அரசியற் பகுதிகளாகவுள்ள வரி, தொழில், வாணிகம், செலவு, சமயத் துறை முதலியவை பற்றி, இத்துறைகளுக்குத் தலைவர்களாகவுள்ள இந்த உடன் கூட்டத்து அதிகாரிகளைக் கலந்தே காரியங்களை நடத்துதல் வழக்கம்.

அரசாங்கச் செயலாளன்

உடன் கூட்டத்து முடிவுகளை அரசன் ஆணைப்படி அவ்வத்துறை அதிகாரிகட்கு அறிவித்து, எப்பொழுதும் அரசனுடன் இருந்து அரச காரியங்களை அரசனுக்கு அறிவிப்பவன் அரசாங்கச் செயலாளன் ஆவன். அநபாயன் காலத்தில் இவ்வுத்யோகத்தைப் பார்த்து வந்தவன் அநபாய மூவேந்த வேளான் என்பவன்.

அரசியல் அதிகாரிகள்

படைத்தலைவர், நாட்டு அதிகாரிகள், நாட்டை அளப்பவர், நாடு கண்காட்சி, வரியிலார், வரிக்குக் கூறு செய்வார், புரவுவரி, வரிப் புத்தகம், பட்டோலை நாயகம், விடையதிகாரி, திருவாய்க் கேள்வி, திருமந்திர ஓலை, திருமந்திர ஓலை நாயகம், கருமமாராயம், அறங்கூர் அவையத்தார் முதலியோர் அரசியல் அதிகாரிகள் ஆவர்.

இவர் கடமைகள்

படைத்தலைவர் அரசனுடைய யானைப் படை குதிரைப் படை, காலாட் கடைகட்குத் தலைவர் ஆவர்; போர் நிகழும் பொழுது அவற்றை வெற்றியுற நடத்துபவர். நாட்டு அதிகாரிகள் ஒவ்வோர் உள்நாட்டிற்கும் தலைவராக இருப்பவர்; தத்தம் நாட்டைச் சுற்றிப் பார்த்துக் குடிகளின் நலங்கள், நியாயம் வழங்கும் முறை, அற நிலையங்கள் முதலியவற்றைக் கவனித்து வருபவர். நாட்டை அளப்பவர் ஒவ்வொரு நாட்டையும் கூறுபட அளவிட்டு, நன் செய், புன்செய்களைப் பகுப்பவர். நாடு கண்காட்சி என்பவர், நாட்டை அளந்ததைக் கவனித்து உண்மை காண்பவர். வரியிலார் என்பவர் பலவகை வரிகளால் வரும் தொகையைக் கணக்கிற் பதிந்து கொள்பவர். வரிக்குக் கூறு செய்வார் என்பவர், கணக்கிற் பதியப்பட்டுள்ள தொகையை இன்னின்ன துறைகட்குச் செலவிடவேண்டும் என்று பாகுபாடு செய்பவர் ஆவர். புரவு வரி என்பவர் அரசிறை நீங்கிய ஊர்களிலிருந்து வருதற்குரிய பிற வரிகட்குக் கணக்கு வைப்போர். வரிப் புத்தகம் என்பவர் அரசற்கு ஒவ்வோர் ஊரிலிருந்தும் வருதற்குரிய காணிக்கடனாகிய அரசிறைக்குக் கணக்கு வைப்பவர் ஆவர். பட்டோலை நாயகம் என்பவன் அரசன்பால் நாள்தோறும் நடைபெறும் அரசியற் செய்திகளை எழுதி வைப்பவர் தலைவன். விடை அதிகாரி என்பவர், கிராம சபைகளிலிருந்தும் பிற அதிகாரிகளிடமிருந்தும் தலைமை அரசாங்கத்திற்கு வரும் ஓலைகளைப் படித்துப் பார்த்து, அவற்றிற்குத் தக்கவாறு விடை எழுதி அனுப்புபவர்; அரசனது ஆணைத் திரு முகத்தை ஊர்ச் சபைகட்கும் பிற அதிகாரிகட்கும் தூதுவர் மூலமாக அனுப்புபவரும் இவரே ஆவர். திருவாய்க் கேள்வி என்பவர் அரசன் திருவாய் மலர்ந்தவற்றைக் கேட்டுத் திரு மந்திர ஓலையிடம் அறிவிப்பவர். திருமந்திர ஓலை என்பவர் திருவாய்க்கேள்வி கூறியவற்றை ஓலையில் எழுதுபவர். இவர்கட்குத் தலைவர் திருமந்திர ஓலை நாயகம் எனப்படுவர். கரும மாராயம் என்பவர் அரச காரியங்களை முட்டு இன்றி நடத்துபவர் ஆவர். தலைநகரில் இருந்து வழக்கு ஆராய்ந்து நீதி வழங்குபவர் அறங்கூர் அவையத்தார் எனப்பட்டனர்.

அதிகாரிகள் பெற்ற பட்டங்கள்

அதிகாரிகளுடைய ஆற்றலையும் அரச ஊழியத்தையும் பாராட்டி இக்காலத்தில் 'இராவ் பஹதூர்', 'திவான் பஹதூர்,'

‘சர்’ முதலிய பட்டங்களை அரசர் பெருமான் வழங்குதல் போலவே, நமது சோழர் பெருமானும் தன் அரசியல் அதிகாரிகட்குப் பலவகைப் பட்டங்களை வழங்கினான். அவை உத்தம சோழப் பல்லவ ராயன், மூவேந்த வேளான், தொண்டைமான், கேரளராசன், காலிங்கராயன், வாண கோவரையன், பல்லவ ராயன், இளங்கோவேள், காடவராயன், கச்சிராயன் முதலியனவாகும்.

வரி வகைகள்

நிலவரி: குடிகள் அரசாங்கத்திற்குச் செலுத்த வேண்டிய வரிகள் பல ஆகும். அவற்றிற் சிறந்தது நில வரி. இது ‘காணிக் கடன்’ எனப் பெயர் பெற்றிருந்தது. நிலவரி, விளையும் நெல்லின் ஒரு பகுதியாகவாவது பொன்னும் காசுமாகவாவது செலுத்தப் பட்டு வந்தது. இந் நிலவரியை ஊர் அவையார் குடிகளிடமிருந்து ஆண்டுதோறும் பெற்று அரசனது தலைநகரத்தில் உள்ள அரசாங்கப் பண்டாரத்திற்கு அனுப்பிவந்தனர். இரண்டு வருட காலம் வரி கட்டாதவர் நிலம் பறிமுதல் செய்யப்பட்டு விற்கப்பட்டது. அப்பணமும் அரசாங்கத்தில் சேர்க்கப்பட்டது. பிற வரிகள் கண்ணாலக் காணம், குசக்காணம், நீர்க் கூலி, தறியிறை, தரகு, தட்டாரப் பாட்டம், இடைப்பாட்டம், ஓடக் கூலி, செக்கிறை, வண்ணாரப்பாறை, நாடு காவல், உல்கு, ஈழம் பூட்சி என்பன பல வகை வரிகள் ஆகும். இதனால் பலவகைத் தொழிலாளரிடமிருந்தும் அக்காலத்தில் வரி வாங்கப்பட்டது என்பதை அறியலாம். கடன், கூலி, இறை, பாட்டம், பூட்சி என்பன ‘வரி’ என்னும் பொருளைத் தருவன. கண்ணாலக் காணம் என்பது திருமண வரி; அஃது அரைப்பணமாகும். ‘உலகு’ என்பது சுங்கவரி ஆகும். ஈழம் பூட்சி என்பது கள் இறக்குதற்குச் செலுத்த வேண்டிய வரியாகும். நாடு காவல் என்பது நாட்டைப் பாதுகாப்பதற்காக நாட்டுக் குடிகள் அனைவரும் செலுத்த வேண்டிய வரியாகும்.

நில அளவு

‘ஒவ்வோர் ஊரிலும் உள்ள விளைநிலங்கள் இவ்வளவின அவற்றிற்கு உரிய நிலவரி இவ்வளவினது’ என்பதறிய ஒவ்வோர் ஊரும் முறையாக அளக்கப்படவேண்டும் அல்லவா? அங்ஙனம் இராஜராஜன் காலத்திலும் முதற் குலோத்துங்கன் காலத்திலும் நிலங்கள் அளக்கப்பட்டன என்பது முன்னரே

கூறப்பட்டதன்றோ? நிலம் அளந்த கோல் 'உலகளந்த கோல்' எனப்பட்டது. அது பதினாறு சாண் நீளமுடையது. நிலங்கள் நீர் நிலம், கொல்லை, காடு என்று வகுக்கப்பட்டன. முன்னது நன்செய், பின்னது புன்செய் என்னலாம். 'குழி' என்பது சிறிய நில அளவை. நூறு குழி ஒரு 'மா' எனப்பட்டது; இருபது மா ஒரு 'வேலி' எனப்பட்டது. 'அரைக்காணி, முக்காணி, முந்திரிகை என்னும் பின்ன அளவைகளும் அக்காலத்தில் நில அளவையில் இருந்தன என்பது கல்வெட்டுகளால் தெரிகிறது.

இறையிலி

வரி விதிக்கப்பெறாமல் ஒதுக்கப் பெற்ற நிலங்கள் 'இறையிலி' எனப்பட்டன. அவை பெரும் பாலும் கோவில்கட்கும் சிறந்த படிப்பாளிகட்கும் அளிக்கப்பட்டவை. சைவ-வைணவத் திருக்கோவில் கட்கு இறையிலியாக விடப்பட்ட நிலங்கள் தேவ தானம் எனப்பட்டன. ஜைன-பௌத்த கோவில்கட்கு விடப்பட்டவை பள்ளிச் சந்தம் எனப் பெயர் பெற்றன. முறையவர்க்கு விடப்பட்டவை பிரமதேயம், பட்டவிருத்தி எனப்பட்டன. மடங்கள் முதலிய அறநிலையங்கட்கு விடப்பட்டவை சாலாபோகம் என வழங்கின. புலவர்க்குக் கொடுக்கப்பட்ட நிலம் புலவர் முற்றூட்டு எனப் பெயர் பெற்றது.

நாணயங்கள்

நமது அநபாயன் காலத்தில் பொன்னாலும் செம்பாலும் செய்யப்பட்ட காசுகள் வழக்கில் இருந்தன. 'காய்ச்சி உருக்கினும், மாற்றும் நிறையும் குன்றாதது' என்று அதிகாரிகளால் ஆராய்ந்து உறுதி செய்யப்பட்ட நாணயங்களும் இருந்தன. அவை அங்ஙனம் உறுதி செய்யப்பட்டவை என்பதற்கு அடையாளமாகத் 'துளை'யிடப்பட்டிருக்கும். அந்நாணயம் 'துளைப் பொன்' எனப்பட்டது.

அளவைகள்

எடுத்தல் அளவை

எடுத்தல், முகத்தல், நீட்டல் அளவைகள் அக்கால வழக்கில் இருந்தன. எடுத்தல் என்பது நிறுத்தல் ஆகும். மணி, பொன், வெள்ளி முதலிய உயர்தரப் பொருள்கள் கழஞ்சு, மஞ்சாடி, குன்றி

என்னும் நிறைக் கற்களால் நிறுக்கப்பட்டன; செம்பு, பித்தளை, வெண்கலப் பொருள்களும் பல சரக்குப் பொருள்களும் 'பலம்' என்ற நிறைக்கல்லால் நிறுக்கப்பட்டன. 'இரண்டாயிரம் பலம் செம்பு' என்றே அக்காலத்தில் கூறப்பட்டது. இதனால் அந் நாளில் சேர், வீசை முதலியன இல்லை என்பது தெரிகிறது.

2 குன்று	=	1 மஞ்சாடி
20 மஞ்சாடி	=	1 கழஞ்சு

முகத்தல் அளவை நெல், அரிசி, பால், தயிர், நெய், உப்பு முதலியன அளப்பதற்குச் செவிடு, ஆழாக்கு, உழக்கு, உரி, நாழி, குறுணி, பதக்கு, தூணி, கலம் என்ற முகத்தல் அளவைக் கருவிகள் வழக்கில் இருந்தன. அரசாங்க முத்திரை இடப்பெற்ற மரக்கால்கள் இருந்தன. அவை இராஜ கேசரி மரக்கால், அருமொழி நங்கை மரக்கால் எனப் பெயர் பெற்றன.

5 செவிடு	=	1 ஆழாக்கு
2 ஆழாக்கு	=	1 உழக்கு
2 உழக்கு	=	1 உரி
2 உரி	=	1 நாழி
8 நாழி	=	1 குறுணி
2 குறுணி	=	4 குறுணி 1 பதக்கு
2 பதக்கு	=	1 தூணி
12 குறுணி	=	1 கலம்.

நீட்டல் அளவை: தோரை, விரல், சாண், முழம் என்பன நீட்டல் அளவைக் கருவிகள் ஆகும்.

ஊர் ஆட்சி

ஊர் அவையினர் கடமை

ஊர் நிலங்கட்கு அரசிறை ஏற்படுத்தல், தொழில் வரி விதித்தல், வரிகள் அனைத்தையும் வசூலித்தல், அவற்றை அரசாங்கத்தாரிடம் சேர்த்தல், இரண்டாண்டுகள் முடிய வரி செலுத்தாதவர் நிலங்களைப் பறிமுதல் செய்து விற்றுப் பணத்தை அரசாங்கத்தாரிடம் சேர்த்தல், ஊரைச் சுற்றிப் பார்த்துத் தோட்டம், ஏரி, இவற்றைக் கண்காணித்தல், ஊர்க்

கோவில் ஆட்சியை மேற்பார்த்தல், ஊரார் நன்மை தீமைகளைக் கவனித்தல், வழக்குகள் விசாரித்து நீதி வழங்கல் என்பன ஊரவையார் வேலையாகும்.

ஊர் அவையார் யாவர்?

ஊரில் உள்ள அனைவரும் ஊர் அவையினரைத் தேர்ந்தெடுக்க உரிமையுடையவரே ஆவர். ஊரில் உள்ள குடும்பு *(Ward)* ஒன்றுக்கு ஒருவராகத் தேர்ந்தெடுக்கப்பட்டவரே 'ஊரவையார்' என்பவர். அவர்கள் கால் வேலி நிலமும் சொந்த மனையும் உடையவராய், பல சாத்திர நூல்களையும் கற்றுப் பிறர்க்கு உணர்த்த வல்லவராய், செயலாற்றலில் திறமை உடையவராய், முப்பத்தைந்துக்கு மேற்பட்டு எழுபத்தைந்துக்கு உட்பட்ட வயதினராய், நல்வழியில் சம்பாதித்த பொருளும் தூய வாழ்க்கையும் உடையவராய், மூன்று ஆண்டுகட்கு உட்பட்டு எந்த நிறைவேற்றுக் கழகத்திலும் உறுப்பினராக இராதவராய் இருப்பவரே ஊரினரால் தேர்ந்தெடுக்க உரிமை உடையவராவர்.

உறுப்பினர் ஆகத் தகுதி அற்றவர்

அவையில் உறுப்பினராக இருந்து கணக்குக் காட்டாதவரும், ஐவகைப் பெருந்தீமைகள் செய்தவரும், கிராமக் குற்றப்பதிவுப் புத்தகத்தில் பதிவு செய்யப்பட்டவரும், கள்ளக் கையெழுத்திட்டவரும், பிறர் பொருளை வவ்வினோரும், குற்றம் காரணமாகக் கழுதையின் மீது ஏற்றப்பட்டவரும், கையூட்டு (லஞ்சம்) வாங்கினவரும், 'கிராமத் துரோகி' என்று கருதப்பட்டவரும், இவர்கட்கு உறவினரும் தம் வாழ்நாள் முழுமையும் உறுப்பினராகத் தேர்ந்தெடுக்கப் பெறுதற்குத் தகுதியற்றவராவர்.

தேர்தல் நடைபெறும் முறை

தேர்தல் நடைபெறும் நாளில் அரசாங்க அதிகாரி ஒருவர் சபை கூடுவதற்கான மாளிகையில் ஊரார் அனைவரையும் கூட்டுவர். கூட்டத்தின் நடுவில் ஒரு குடம் வைக்கப்படும். அங்குள்ள பெரியவருள் ஒருவர், அக்குடத்துள் ஒன்றும் இல்லை என்பதை ஊரார்க்குக் காட்டிக் கீழே வைப்பர். பின்னர், ஒவ்வொரு குடும்பினரும் தம் குடும்புக்கு ஏற்ற ஒருவர் பெயரைத் தனித்தனி ஓலையில் எழுதுவர்; அவ்வோலைகள் சேர்த்து அக்குடும்பின் பெயர் எழுதிய வாயோலையால்

மூடப்பட்டுக் கட்டப்படும்; அக்கட்டு, குடத்துள் வைக்கப்படும். இவ்வாறே எல்லாக் குடும்பினரும் குடவோலை இடுவர். பின்னர், ஊர்த்தலைவரான முதியவர், சிறுவன் ஒருவனை அழைத்துக் குடத்திலிருந்து ஓர் ஓலைக் கட்டை எடுப்பிப்பர்; அதனை அவிழ்த்து வேறொரு குடத்தில் இட்டுக் குலுக்குவர்; அவற்றுள் ஒன்றை அச்சிறுவனைக் கொண்டு எடுப்பிப்பர்; அதனைத் தாம் வாங்கிக் கிராமக் கணக்கனிடம் தருவர். அவன், தன் கையில் ஒன்றும் இல்லையென்பதை அவையோர்க்குக் காட்டி, அவ்வோலையைப் பெற்று, யாவரும் கேட்க அதில் எழுதப்பட்டுள்ள பெயரை உரக்க வாசிப்பன். பின்னர், அதனை அங்குள்ள அறிஞர் எல்லாரும் வாசிப்பர். பிறகு அப்பெயர் ஓர் ஓலையில் வரையப்படும். இங்ஙனம் தேர்ந்தெடுக்கப்பட்டவரே அக்குடும்பின் பிரதிநிதியாவர். இவ்வாறு பிற குடும்புகட்கும் தேர்தல் நடைபெறும். இங்ஙனம் தேர்ந்தெடுக்கப் பெற்றவரே ஓராண்டு வரை ஊராட்சிக் கழகத்தினர் ஆவர்.

உட்கழகங்கள்

ஒவ்வோர் ஊராட்சிக் கழகத்திலும் சில உட்கழகங்கள் இருக்கும். தேர்ந்தெடுக்கப் பெற்ற உறுப்பினருள் வயதிலும் கல்வியிலும் அறிவிலும் அநுபவத்திலும் மிக்கவர் பன்னிருவரைச் சம்வத்சரவாரியராகத் தேர்ந்தெடுப்பர். மற்றவருட் சிலர் ஏரி வாரியாகவும், சிலர் பொன் வாரியராகவும், சிலர் பஞ்ச வாரியராகவும், மற்றும் சிலர் தோட்ட வாரியராகவும் தேர்ந்தெடுக்கப்படுவர். இங்ஙனம் ஊராட்சிக் கழகம் ஊர்த் தேவைகட்கு ஏற்பப் பல உட்கழகங்களாகப் பிரிந்து நின்று கடனாற்றும்.

அவற்றின் வேலைகள்

நியாய விசாரணை செய்தலும் அற நிலையங்களை மேற்பார்வை இடுதலும் சம்வத்சர வாரியர் கடமை. ஏரி, குளம், ஊருணி முதலிய நீர் நிலைகளைப் பாதுகாத்தலும் விளைநிலங்கட்கு வேண்டிய அளவு நீரைப் பாயச்செய்தலும் ஏரி வாரியத்தார் கடமை. நிலங்கள், தோட்டங்கள் இவற்றைப் பற்றிய எல்லாவற்றையும் கவனித்தல் தோட்ட வாரியர் தொழிலாகும். பலவகையாலும் வாங்கப்பட்ட காசுகளை ஆராய்வது பொன் வாரியர் பொறுப்பாகும். ஊரில் எப்பொழுதேனும் பஞ்சம், வெள்ளச் சேதம் இவை ஏற்படின், ஊராரைக் காப்பதற்கு

முன்னேற்பாடாக ஆண்டு தோறும் குடிமக்களிடம் 'பஞ்ச' நெல் முதலியன வாங்கிச் சேமித்தல் பஞ்ச வாரியர் தொழில் ஆகும். இவ்வூராட்சியினர் 'பெருமக்கள்' எனவும், 'ஆளுங்கணத்தார்' எனவும் அழைக்கப்பட்டனர். இவரது ஆட்சிக்குரிய மாளிகை ஒன்று ஒவ்வொரு சிற்றூரிலும் இருந்தது.

கரணத்தான்

உட்கழகத்தார் பணித்தவற்றைச் செய்து வந்தவன் கரணத்தான் என்பவன் ஆவன். நல்வழியில் ஈட்டிய பொருளும் நல் வாழ்க்கையும் உடையவனே கரணத்தானாக முடியும். இவன் கிராமக் கணக்கை எழுதுதல் வேண்டும்; சபையர் விரும்பும் பொழுது கணக்கைத் தானே நேரில் இருந்து காட்டவேண்டும். இவன் சபையாரது அன்பைப் பெறாவிடில் வேலை போய்விடும். இவனுக்கு நாளும் ஒரு நாழி நெல்லும் வருடத்திற்கு ஏழு கழஞ்சு பொன்னும் இரண்டு கூறையும் சம்பளமாகக் கொடுக்கப்படும்.

தண்டனை வகைகள்

கொலை செய்தவன் கொலைத் தண்டனை பெற்றான்; பிற குற்றங்கட்குச் சிறையிடல், தளையிடல், பொன் தண்டம் விதித்தல் என்பன கையாளப்பட்டன. அறியாமையால் நேர்ந்த இறப்புகட்கு அவ்வளவற்றிற்குத் தக்கவாறு கோவில்களில் விளக்கிடக் குற்றவாளிகள் பொன் கொடுக்குமாறு தீர்ப்பளிக்கப் பெற்றனர். ஏற்றுக்கொண்ட கடமைகளை நிறைவேற்றாதவர்க்குப் பொன்தண்டம் விதிக்கப்பட்டது. அது கொடுக்கப் படாவிடில், அவர்தம் வீடு, நிலம் முதலியன அரசன் ஆணைப்படி விற்கப்பட்டன.

ஆவணக் களரி[1]

ஊர்தோறும் எழுதப்பட்ட ஆவணங்களை[2]க் காப்பிட[3] ஆவணக் களரி இருந்தது. நிலத்தை விற்பவரும் வாங்குபவரும் ஆவணத்துடன் அங்குச் சென்று நிலத்தின் விலையையும் நான்கு எல்லைகளையும் தெரிவித்துத் தம் இசைவிற்கு உறுதிமொழி கூறி, ஆவணம் காப்பிடப் பெற்ற பின்னர்த் திரும்புவர். ஆவணம் என்றும் பயன்படக்கூடிய தாயின், ஊரிலுள்ள கோவிற் சுவரில் அதனைப் பொறித்து வைத்தல் வழக்கமாக இருந்தது.

நீதி மன்றம்

நீதி மன்ற வேலையைச் சம்வத்சரவாரியர் கிராமங்களிற் செய்து வந்தனர். வழக்கில் இருதிறத்தார் கூற்றுகளும் ஆட்சி, ஆவணம், அயலார் காட்சி என்பன கொண்டு கவனிக்கப் பட்டன. ஊர்ச்சபையை அடுத்திருந்த ஆவணக் களரியில் மூல ஓலைகள்[4] பத்திரப்படுத்தப்பட்டிருந்தன. அவை வைக்கப்பட்ட இடம் 'அரண்தரு காற்பு' எனப்பட்டது. படி ஓலை,[5] மூல ஓலைகளைச் சோதித்துப் பல வழக்குகள் முடிவு செய்யப்பட்டன.

படை

அநபாயனிடம் பண்பட்ட யானைப்படை குதிரைப்படை, காலாட் படைகள் பலவாக இருந்தன. இவையன்றிப் பெருநாட்டிற்கு உட்பட்ட மண்டலங்களில் தனித்தனி 'நிலைப் படைகள்' வேறு இருந்தன. படை வீரர் வில், வேல், வாள், அம்பு, தடி முதலியவற்றைப் போர்க் கருவிகளாகக் கொண்டிருந்தனர். இராஜராஜன் காலத்துக் கடற் படை இராஜேந்திரன் காலத்தில் வளர்ச்சி பெற்றது. அப்படை நமது அநபாயன் காலத்தும் வன்மை உற்றிருந்தது. வில் வீரர் 'வில்லிகள்' எனப்பட்டனர். படைகட்கு அரசனுடைய விருதுப் பெயர்கள் வழங்கப்பட்டன. போர் வீரர் போர் இல்லாத காலங்களில் பயிர்த் தொழிலில் ஈடுபட்டிருந்தனர்.

கோவில்கள்

சோழ மன்னர் அனைவரும் கோவில்களைத் தம் உயிரினும் மேலாகக் கருதி வந்தனர்; பாடல் பெற்ற செங்கற் கோவில்களைக் கற்கோவில்களாக மாற்றினர்; பல புதிய கோவில்களையும் கட்டினர். அவற்றுக்கு ஏராளமாகப் பொருளீந்து சிறப்புச் செய்தனர். அரசர்களைப் பின்பற்றி அரசியல் உத்தியோகஸ்தரும் சிற்றரசரும் செல்வரும் எளியரும் தம்மால் இயன்றவரை திருப்பணிகள் செய்து வந்தனர். நாயன்மார் பாடல்களையும் ஆழ்வார் அருட் பாடல்களையும் கோவில்களில் ஓதுவார்க்கு மானியம் விடப்பட்டது. நாயன்மார், ஆழ்வார் உருவச்சிலைகள் கோவில்களில் இடம் பெற்று, பூசை, விழாக்கள் முதலிய சிறப்புப் பெற்றன.

அநபாயன் திருப்பணிகள்

பழுத்த சிவபக்தனான அநபாய சோழன் திருவாரூர்ப் பூங்கோவிலில் சடையனார் - இசைஞானியார் - சுந்தரர்பரவையார் இவர்கள் உருவச்சிலைகளை எடுப்பித்து நிவந்தங்கள் அளித்தான்; திருமறைக்காட்டுக் கோவிலில் திருப்பதிகம் ஓதி வந்த தியாக சமுத்திரப் பிச்சன் என்பவனுக்கும் அவன் வழியினர்க்கும் 'திருப்பதியக் காணி' அளித்தான்; வட ஆர்க்காட்டுப் பிரம்ம தேசத்துச் சிவன் கோவிலுக்கு ஆண்டுக்கு 500 கலம் விளையத்தக்க நிலங்களைக் கொண்ட ஊரை 'அநபாய நல்லூர்' எனப் பெயரிட்டுத் தேவதானமாக அளித்தான்; திருவாலந்துறை மஹா தேவர்க்கு 'அநபாய நல்லூர்' எனப் பெயரிட்ட நிலங்களைத் தேவதானமாக உதவினான்; கீழப் பழுவூர்ச் சிவன் கோவிலுக்கு நிலங்கள் விட்டான்; திருவையாற்றுக் கோவிலுக்குப் பத்து வேலி நிலத்தை 'அநபாயநல்லூர்' என்ற பெயரிட்டு அளித்தான்; தென் ஆர்க்காட்டுப் பிரம்ம தேசம் கோவிலுக்கு நாற்பது வேலி நிலத்தைக் 'குலோத்துங்க சோழ நல்லூர்' என்ற பெயரால் தேவதானமாகக் கொடுத்தனன்; திருமழபாடிக் கோவிலில் ஓர் அர்ச்சகனைப் புதியவனாக அமர்த்தி அவனுக்குச் 'சிவாசாரியக் காணி' அளித்தனன்; பல சிற்றூர்களைச் சேர்த்துக் 'கலி கடிந்த சோழன் சாத்தனூர்' எனப் பெயரிட்டு, அச்சிறுபாக்கம் சிவன் கோவிலுக்குத் தேவதானமாக உதவினான்; திருவாரூர்ப் பூங்கோவிலில் இருந்த அப்பர், சம்பந்தர், சுந்தரர் சிலைகட்குப் பூசையும் விழாவும் நடை பெறப் பொன் அளித்து மகிழ்ந்தான்.

முடிவுரை

அநபாய சோழன் என்ற இரண்டாம் குலோத்துங்கன் வாழ்ந்த காலம் தமிழகத்தின் உயர்ந்த காலம் என்னலாம். ஓயாத போர்களில் ஈடுபட்டிருந்த தமிழகம் இப்பேரரசன் ஆட்சியில் அமைதியைப் பெற்று உயர்ந்தது; போர் ஒழிந்து அமைதி பரவி இருந்ததால் சமயமும் கலைகளும் தழைத்தன. சோழ வேந்தனே சிறந்த சிவபக்தனாக இருந்ததால் நாடு முழுவதிலும் சமயத் திருப்பணிகள் நடைபெற்றன. அவனைப் பின்பற்றிச் சிற்றரசரும் பிறரும் திருப்பணிகள் செய்தனர். அரசனே சிறந்த புலவனாக விளங்கினமையால், ஒட்டக்கூத்தர், சேக்கிழார் போன்ற புலவர் பெருமான்களும் தண்டியார் போன்ற இலக்கணப் புலவரும் மகிழ்ச்சியோடு இலக்கிய-இலக்கண நூல்கள் செய்ய

வாய்ப்பு உண்டானது. கூத்தப்பிரான் திருவடித் தாமரையில் உள்ள தேனைப்பருகும் ஈப்போன்ற அநபாயன் தூண்டுதலால் அல்லவா, சைவ சமய அடியார் வரலாற்றைக் கூறும் பெறுதற்கரிய பெரிய புராணம் தோற்றம் எடுத்தது! பல்கலை விற்பன்னரான சேக்கிழார் பெருமானை அமைச்சராகப் பெற்ற அநபாயன் பேறு செய்தவனே ஆவன். அவனை அரசனாகப் பெற்று, அவனது அழுத்தமான ஆதரவினால் அரிய நூல் செய்து அழியாப் புகழ்பெற்ற சேக்கிழாரும் பேறு பெற்றவரே ஆவர். சிறந்த கொடை வள்ளலும் செந்தமிழ்ப் புலவனும் அழுத்தமான சிவபக்தனுமான இரண்டாம் குலோத்துங்கன் வரலாறு, தமிழ் வரலாற்றில் சிறந்ததோர் இடம் பெறத்தக்கதாகும்; சைவ சமய வரலாற்றிலும் அங்ஙணமே ஆகும். சேக்கிழார் செய்த செந்தமிழ்ச் சைவ காவியமாகிய திருத்தொண்டர் புராணம்-ஒட்டக்கூத்தர் செய்த குலோத்துங்க சோழன் உலா, பிள்ளைத்தமிழ்-தண்டியலங்காரம் இவை உள்ள வரை நமது அநபாயன் சிறப்புக் குன்றின் மீதிட்ட விளக்கென ஒளிரும்.

அடிக்குறிப்புகள்

1. Registration Office
2. பத்திரங்கள்
3. பதிவு செய்ய
4. Original Document
5. Copy of the Document

~